ஒன்றே சொல்!
நன்றே சொல்!

தொகுதி-4

சுப. வீரபாண்டியன்

உங்கள் ரசனை மேம்பட
வானவில் புத்தகாலயம்

10/2 (8/2) போலீஸ் குவார்ட்டர்ஸ் சாலை(முதல் தளம்)
(தியாகராயநகர் பேருந்து நிலையத்திற்கும் காவல் நிலையத்திற்கும் இடைப்பட்ட சாலை)
தியாகராயநகர், சென்னை - 600 017
Phone: 2986 0070, 2434 2771 Cell: 72000 50073
Vanavil Puthakalayam 6 th sense_karthi
e-mail : vanavilputhakalayam@gmail.com
Website: www.sixthsensepublications.com

Title:
ONDRE SOL NANDRE SOL PART - 4
Author:
Suba Veerapandian
Address:
Vanavil Puthakalayam
10/2(8/2) Police Quarters Road(1st Floor),
(Between Thiyagaraya Nagar Bus Stop & Police Station)
Thiyagaraya Nagar, Chennai - 17
Phone: 2986 0070, 2434 2771
Cell: **72**000 **50**073
Vanavil Puthakalayam
6 th sense_karthi
e-mail : vanavilputhakalayam@gmail.com
Website: www.sixthsensepublications.com

Edition:
First Edition : December, 2010
Second Edition : August, 2014
Third Edition : March, 2022

Pages : 144
Price : Rs. 177

© Suba Veerapandian

Publisher
Karthikeyan Pugalendi

Managing Editor
P. Karthikeyan

Layout
Shrusti Graphics

No part of this book may be reproduced or transmitted in any form without permission in writing from the author or publisher

நீங்கள் Smart Phone உபயோகிப்பவராக இருந்தால் QR Code Reader Application மூலம் இதை Scan செய்தால் நேரடியாக எமது இணையதளத்திற்கு சென்று மேலும் எங்கள் வெளியீடுகள் பற்றிய விவரங்களைப் பெறலாம்.

A1 ISBN :978-81-92465-87-6

தலைப்பு	:	ஒன்றே சொல்! நன்றே சொல்! (பகுதி – 4)
நூலாசிரியர்	:	சுப வீரபாண்டியன்
பக்கங்கள்	:	144
விலை	:	**ரூ.177**
உரிமை	:	சுப. வீரபாண்டியன்

முதற்பதிப்பு	:	டிசம்பர், 2010
இரண்டாம் பதிப்பு	:	ஆகஸ்டு, 2014
மூன்றாம் பதிப்பு	:	மார்ச், 2022

வானவில் புத்தகாலயம்
10/2 (8/2) போலீஸ் குவார்ட்டர்ஸ் சாலை(முதல் தளம்)
(தியாகராயநகர் பேருந்து நிலையத்திற்கும் காவல் நிலையத்திற்கும் இடைப்பட்ட சாலை)
தியாகராயநகர், சென்னை – 600 017
தொலைபேசி : 2986 0070, 2434 2771
கைபேசி: **72**000 **50**073
மின்னஞ்சல்: subavee11@gmail.com

இந்தப் புத்தகத்திலுள்ள எந்த ஒரு பகுதியையும் பதிப்பாளர் மற்றும் எழுத்தாளர் அனுமதியை எழுத்து மூலம் பெறாமல் பதிப்பிக்கவோ, நாடகமாக்கவோ, திரைப்படமாக்கவோ கூடாது

மு. கருணாநிதி
முதலமைச்சர்

தலைமைச் செயலகம்
சென்னை - 600 009

நாள் 26-03-2009.

வாழ்த்துரை.

"கலைஞர் தொலைக்காட்சி"யில் காலை வேளையில் எந்தவொரு நிகழ்ச்சியை நான் பார்த்தாலும் – பார்க்கா விட்டாலும் – தம்பி சுப. வீரபாண்டியன் அவர்களின் "ஒன்றே சொல்! நன்றே சொல்!" என்ற நிகழ்ச்சியைப் பார்க்கத் தவறுவதில்லை.

அவர் நம்மை அழைத்து "ஒன்றே சொல்! நன்றே சொல்!" எனச் சொல்வது ஒரு சொல் அல்ல! அது ஒரு வைரக் கல்! ஆம், பட்டை தீட்டப்பட்ட வைரக் கல்!

பகுத்தறிவு பற்றி மேற்கோள்கள் பலவற்றுடன் அவர் அளிக்கும் மருந்து – தமிழ்ச் சமுதாயத்தின் மூட நம்பிக்கை நோய் தீர்க்கும் மருந்து.

வரலாறுகளைப் புரட்டி – அவர் நம் கண் முன்னால் விரித்து வைக்கும் செய்திகள், நிகழ்வுகள் அனைத்தும் தெவிட்டாத விருந்து.

அழகான தமிழ் –
ஆணித்தரமான குரல் –
அடுக்கடுக்கான உவமைகள் –
அத்தனையும் அறிவுக்கடலின் ஆழத்திலிருந்து
எடுத்த முத்துக்கள்.

அந்த முத்தாரம் அணிந்து – தொலைக்காட்சியில் தம்பி, "சுப.வீ" எப்போது தோன்றுவாரென்று நான் நாள்தோறும் காலை நேரத்தில் எதிர்பார்க்கிறேனே, அது தான் அவரது கருத்துகளைத் தாங்கி வெளி வரும் "ஒன்றே சொல்! நன்றே சொல்!" என்ற இந்தத் தொகுப்புக்கு நான் எழுதிய சிறப்புரை என்று எடுத்துக் கொள்ளலாம்.

என்னும்

அன்புள்ள,

(மு. கருணாநிதி)

1,2,3 தொகுதிகளுக்கான

நன்றியுரையே

முன்னுரையாக...

காடுகள், மலைகள், கவின்மிகு கடல்களில் மட்டுமின்றி, வெளிகளில்கூட விரிந்து கிடக்கிறது உலகம். அள்ள அள்ளக் குறையாமல் ஆயிரம் கோடிப் புதையல், காலம் தோறும் காத்துக் கிடக்கிறது நம் முன்னால்!

எடுக்கப் புறப்பட்டவர்கள் ஏராளமாய் ஏந்தி வருகின்றனர். சோம்பிக் கிடப்பவர்கள், சுற்றுச் சுவர்களுக்குள் முடங்கிப் போகின்றனர்.

அள்ளிவர முடியாவிட்டாலும், அங்கு கொஞ்சம், இங்கு கொஞ்சமாய்க் கிள்ளி வரும் வாய்ப்பினை எனக்கு வழங்கியது இரண்டாண்டுகளுக்கு முன், கலைஞர் தொலைக்காட்சி.

2007 ஆகஸ்ட் மாதத் தொடக்கத்தில், ஒரு விபத்திற்குள்ளாகி, காலில் எலும்பு முறிந்து, கட்டிலில் படுத்திருந்த நேரம், தொலைபேசியில் அழைத்தார் நண்பர் ரமேஷ் பிரபா. செப்டம்பர் 15 முதல் தொடங்கப்படவிருக்கும் கலைஞர் தொலைக்காட்சியில் ஒவ்வொரு நாளும் ஒரு செய்தி குறித்து நீங்கள் பேச வேண்டும் என்றார்.

உவகையில் உள்ளம் அசைந்தது. ஆனால், கடுகளவும் கால் அசைக்க முடியவில்லை. அதனால் தயங்கித் தயங்கி மறுத்தேன். தடுமாற்றம் வேண்டாம், இன்னும் இரண்டு வாரம் காத்திருக்கிறேன், குணப்படுத்திக் கொண்டு கூடிய விரைவில் வாருங்கள் என்றார்.

அந்தக் காத்திருத்தலுக்கு என் முதல் நன்றி.

தொலைக்காட்சியைப் பார்க்கத் தொடங்கிய பின், வானொலியைக் கேட்பது குறைந்துதான் போயிற்று. ஆனாலும், காலை 7.35 மணி முதல் 7.40 வரை, 'இன்று ஒரு தகவல்' பகுதிியை மட்டும் கேட்கத் தவறுவதில்லை நான். ஆயிரம் சிங்கக் குரல்கள் இருந்தாலும், தென்கச்சியாரின் அந்த கிராமியக் குரல் ஒரு தனி சுகம். ஐந்து நிமிடங்களுக்குள்ளாகக்கூட, ஒரு செய்தியைச் சொல்லிவிட முடியும் என்கிற நம்பிக்கையை அந்த நிகழ்ச்சி தந்தது. அதுவும், அந்தக் குறுகிய நேரத்திற்குள் ஒரு எடுப்பு, ஒரு தொடுப்பு, ஒரு முடிப்பு என ஒரு வடிவத்தையே அவர் உருவாக்கி வைத்திருந்தார்.

தமிழ்நாட்டில்எத்தனையோ பேரைப் பாதித்ததைப்போல, என்னையும் தென்கச்சியார் பாதித்தார். அந்தப் பாதிப்பு எனக்குள் படிந்து கிடந்திருக்கிறது. அந்தத் தாக்கம்தான் இப்போது ஒன்றே சொல்லவும், அதனை நன்றே சொல்லவும் எனக்கு உதவியுள்ளது.

எப்போதும் நான் மதிக்கும் அந்தத் தென்கச்சியாருக்கு என் நன்றி.

நிகழ்ச்சி தொடங்கிய சில வாரங்களிலேயே, நண்பர்களிடமிருந்து பாராட்டும், ஊக்கமும் கிடைத்தன. புகழ்பெற்ற பெருமக்கள் சிலரும் தொலைபேசியில் அவ்வப்போது அழைத்துப் பாராட்டினர். திராவிடர் கழகத் தலைவர் ஐயா கி.வீரமணி, திரு. ஏவி.எம். சரவணன், ஐயா ஆர்.எம்.வீ., திரு.வலம்புரி சோமநாதன் போன்றவர்கள் அளித்த பாராட்டுரைகள், என்னை நான் மேலும் நெறிப்படுத்திக் கொள்ள உதவிற்று.

ஒருநாள், நிகழ்ச்சி முடிந்த சில நிமிடங்களில், ஒரு தொலைபேசி வந்தது.

''முதலமைச்சர் வீட்ல இருந்து பேசுறோம், ஐயா பேசுறாங்க'' என்று சொன்னவுடன், பதற்றம் என்னைப் பற்றிக் கொண்டது.

அந்தக் கரகரப்பான குரலில், கலைநயம் மிகுந்த தமிழில், கலைஞர் என்னைப் பாராட்டினார்.

என் கல்லூரி நாள்களில், காரைக்குடி, காந்தி திடலில் ஆயிரமாயிரம் மக்களில் ஒருவனாய்த் தொலைவில் நின்று, கேட்கக் காத்திருந்த குரல் அன்றோ அது! இன்று என்னோடு நேரிடையாகப் பேசுகின்றபோது, எத்தனை இன்பம் என்நெஞ்சுக்குள்!

இப்படி இன்னும் ஓரிரு முறைகள், அவருடைய பாராட்டைப் பெற்றேன். சென்னை, இராமச்சந்திரா மருத்துவமனையில், பிப்ரவரி 25 காலை, அவரைப் பார்க்கச் சென்றிருந்தபோதும், ''இன்று காலை, மெக்சிகோ போராளிப் பெண்களைப் பற்றி நீ பேசிய செய்தி நன்றாக இருந்தது'' என்றார்.

இந்த நிகழ்ச்சிகளுக்குப் பிறகுதான், அந்தச் சிற்றுரைகள் நூல் வடிவம் பெறத் தொடங்கிய வேளையில், கலைஞரிடமே ஒரு வாழ்த்துரை கேட்கலாமே என்று தோன்றியது. கேட்டேன். நூலைக் கொண்டு வந்து கொடு என்றார்.

25-03-09 மாலை நான்கு மணிக்கு, கோபாலபுரம் வீட்டில் கொண்டு போய்க்கொடுத்தேன். 26ஆம் தேதி காலையில் தொலைபேசி

வந்தது. ''வாழ்த்துரை தயாராக உள்ளது. வாங்கிக் கொண்டு போகலாம்'' என்றார், உதவியாளர் மருதநாயகம்.

எல்லோருக்கும் நன்றி சொல்லலாம். எப்படி நான் நன்றி சொல்வேன் தலைவர் கலைஞருக்கு!

இடையிடையே சில நூல்களை இந்நிகழ்ச்சியில் நான் அறிமுகப் படுத்தினேன். எழுத்தாளர்கள் பலருடன் எனக்குத் தொடர்பு ஏற்பட அது உதவிற்று. நல்ல நூல்கள் பலவும் எனக்கு வந்து சேர்ந்தன. தேடித் தேடிப் படைப்பிலக்கிய நூல்கள் பலவற்றை அனுப்பி வைத்தார். அன்பே உருவான ஆங்கரை பைரவி.

அப்பா என்று என்னை அழைக்கும் அந்தப் பிள்ளைக்கும், என்னை மதித்துத் தம் நூல்களை அனுப்பிய எழுத்தாளர் பலருக்கும் என் நன்றி உரியது.

தொடர் வண்டிப் பயணத்தில் ஒரு பெரியவர் என்னைப் பார்த்து, ''ஏம்ப்பா, இவ்வளவு நல்ல விஷயத்தை எல்லாம் சொல்றியே, இத்தனை நாள் எங்கிருந்தே?'' என்றுகேட்டார்.

''இருபது வருடங்களாக நான் இப்படித்தான் பேசிக் கொண்டிருக் கிறேன். ஆனாலும் ஊடகம்தான் என்னை உங்கள் வீட்டிற்குக் கொண்டு வந்திருக்கிறது'' என்றேன்.

இப்படி உலகெங்கும் உள்ள தமிழர்களின் வீடுகளுக்கு என்னை அழைத்துச் சென்றிருக்கும் கலைஞர் தொலைக்காட்சிக்கும், காணும்போதெல்லாம் ஊக்குவித்துப் பாராட்டும், திரு.அமிர்தம், திரு.இராம.நாராயணன் ஆகியோருக்கும் நன்றி.

அறிமுகம் அதிகமில்லை. ஆனாலும் தொடர்பு கொண்டு, உங்கள் குரலை நூல் வடிவில் கொண்டு வருகிறேன் என்றார் வானவில் புத்தகாலய உரிமையாளர் சுப.புகழேந்தி. இசைந்தேன். தினந் தோறும் நான் கலைஞர் தொலைக்காட்சியில் ஆற்றும் உரைகளைப் பதிவு செய்யத் தொடங்கினார். நண்பர் பாலகிருஷ்ணனின் வித்தக விரல்கள் விரைந்து அதனைத் தட்டச்சு செய்தன.

எனக்கே மலைப்பாக உள்ளது. இப்போது ஏறத்தாழ ஈராயிரம் பக்கங்கள் அணியமாய் உள்ளன. அவற்றுள் சிலவற்றைத் தேர்ந்தெடுத்து, ஏறத்தாழ 500 பக்கங்கள், மூன்று தொகுதிகளாய் முதலில் வெளியிடப்படுகின்றன. தொடர்ந்தும் தொகுதிகளைக் கொண்டு வர இருக்கின்றோம்.

இயந்திரத் தனமில்லாமல், ஓர் ஈடுபாட்டோடு இந்தத் தொகுதிகளை வெளிக் கொண்டு வந்துள்ள வானவில் புத்தகாலயக் குழுவினருக்கும், அழகிய அட்டை வடிவமைப்பை வழங்கியுள்ள அருமை நண்பர் விஜயனுக்கும் என் நன்றி.

கருஞ்சட்டைத் தமிழரின் உதவி ஆசிரியர் உமாவின் ஒத்துழைப்பு இல்லையென்றால், உரிய நேரத்தில் இந்த நூல் வெளிவந்திருக்காது. சலிக்காமலும், முகம் சுளிக்காமலும், மெய்ப்புத் திருத்தி, சிலவிடங்களில் திருத்தம் சொல்லி உதவிய உமாவிற்கு நன்றி.

தோழர் எழில் இளங்கோவனின் இணையற்ற துணைக்கும், கருஞ்சட்டைத் தமிழர் உதவி ஆசிரியர் மயில்வாகனனின் உதவிகள் பலவற்றிற்கும் என் நன்றி.

என் பணிகள் அனைத்திலும் உடனிருந்து, தொய்வின்றி அவை நடைபெறத் தோள்கொடுத்து, ஒவ்வோர் அரங்கிலும் என்னை உயர்த்திப் பிடிக்கும், நான் சார்ந்திருக்கும் திராவிட இயக்கத் தமிழர் பேரவைத் தோழர்கள் அனைவருக்கும் நன்றி.

வீட்டிலிருக்கும் நேரம் மிகக் குறைவு. இருக்கும்போதும், புத்தகம் படித்துக் கொண்டும், தொலைபேசியில் உரையாடிக் கொண்டும் உள்ள ஒரு மனிதனை எந்த மனைவி சகித்துக் கொள்வார்?

அந்தச் சகிப்புத் தன்மையால்தான், என்னால் இப்படிப் பல செயல்களைச் செய்ய முடிகிறது. என் வாழ்க்கைத் துணைவர் வசந்தாவிற்கும், நாள் தவறாமல் இந்நிகழ்ச்சி பற்றித் தன் கருத்தைச் சொல்லும் என் மூத்த மகன் இலெனினுக்கும் என் நன்றி.

எவ்வளவுதான் நினைந்து நினைந்து எழுதினாலும், விட்டுப் போனவர்களின் பட்டியல் ஒன்று இருந்தே தீரும். அப்படி இருந்தால், அவர்கள் என்னை மன்னிக்கட்டும்.

- சுப.வீரபாண்டியன்

4,5,6 தொகுதிகளுக்கான

முன்னுரை

2010 மார்ச் 1 காலை 9 மணிக்கு, வழக்கம்போல் கலைஞர் தொலைக்காட்சியில், ஒன்றே சொல் நன்றே சொல் நிகழ்ச்சி முடிந்த மறுநிமிடம், எனக்கு ஓர் இன்ப அதிர்ச்சி காத்திருந்தது.

அன்று நான், மாற்றுத்திறனாளிகள் குறித்துப் பேசியிருந்தேன். பிப்ரவரி மாதம் கோவைக்கு ஒரு நிகழ்ச்சிக்காகச் சென்றிருந்த வேளையில், சூரிய நாகப்பன் என்னும் நண்பர் ஒருவரை, நான் சார்ந்திருக்கும் திராவிட இயக்கத் தமிழர் பேரவையின் கோவை மாவட்டச் செயலாளர் தோழர் சூலூர் தேவராசன் எனக்கு அறிமுகம் செய்து வைத்தார். சூரிய நாகப்பன் ஒரு மாற்றுத்திறனாளி. ஐக்கிய நாடுகள் அவை, மாற்றுத்திறனாளிகள் குறித்து உருவாக்கியுள்ள சில ஆவணங்களையும், அதில் இந்தியா 2007 ஆம் ஆண்டே கையொப்பம் இட்டுள்ளதையும் சுட்டிக் காட்டினார். அந்தச் செய்தி என்னைக் கவர்ந்தது. அதனைத் தொலைக்காட்சியில் சொல்ல வேண்டுமென்று கருதி, ஆவணங்களைப் பெற்றுக் கொண்டேன்.

எண்ணியவாறு தொலைக்காட்சியில் பேசி முடித்த மறுநிமிடம், முதலமைச்சர் தலைவர் கலைஞர் அவர்கள் தொலைபேசியில் என்னை அழைத்தார். செய்திகளைச் சிறப்பாகச் சொன்னதற்காகப் பாராட்டினார். அந்த ஆவணங்களை எல்லாம் உடனே எடுத்துக்கொண்டு வா என்றார். காலை 10 மணிக்கு ஆவணங்களைக் கோபாலபுரத்தில் கொண்டுபோய்க் கொடுத்தேன்.

அன்று இரவு 7 மணிச் செய்தியில், இது குறித்து முதலமைச்சர் அறிக்கை வெளியிட்டிருந்தார். அதில் என் பெயரையும் குறிப்பிட்டிருந்தார். மாற்றுத் திறனாளிகளுக்கு விரைவில் உதவிகள் பல செய்ய இருப்பதாக அதில் தெரிவித்திருந்தார். அடுத்து வந்த நிதிநிலை அறிக்கையிலேயே, மாற்றுத் திறனாளிகளுக்காக 179 கோடி ரூபாயை முதல்வர் ஒதுக்கி இருந்தார். மாற்றுத் திறனாளிகளுக்கென்று

தனித்துறையையும் ஏற்படுத்தி, அதைத் தன் பொறுப்பிலேயே வைத்துக்கொண்டார். மாற்றுத்திறனாளிகளின் மனங்கள் மகிழ்ந்தன.

மூன்று ஆண்டுகளுக்கும் மேலாகத் தொடர்ந்து ஒளிபரப்பாகி வரும் ஒன்றே சொல் நன்றே சொல் நிகழ்ச்சியின் மிகப்பெரிய பயன்பாடாக இதனை நான் கருதுகின்றேன். முதல்வர் கலைஞர் அவர்களுக்கு நெஞ்சார்ந்த நன்றியைத் தெரிவித்துக் கொள்கின்றேன்.

2009இல் வெளிவந்த முதல் மூன்று தொகுதிகள், 2010 ஆம் ஆண்டுக்குள் மூன்று பதிப்புகளைக் கண்டுள்ளன என்பது ஊக்கம் தருகிறது. இப்போது வெளிவரும் தொகுதிகளும் அதே வரவேற்பைப் பெறும் என்னும் நம்பிக்கை வருகிறது.

இத்தொகுதிகளில் உள்ள கட்டுரைகள் அனைத்தையும் மிகச்சில நாள்களுக்குள் இரவு பகலாய் ஒளியச்சு செய்து தந்த உமாவிற்கு என் நன்றி உரியது.

ஆங்கரை பைரவியைப் போலவே, தான் படித்த, தனக்குக் கிடைத்த நல்ல நூல்களை எல்லாம் அவ்வப்போது அனுப்பிக் கொண்டிருக்கும் திரு சின்னமனூர் சோமசுந்தரம் அவர்களுக்கும், நூல்களை அனுப்பி வைக்கும் நண்பர்கள், எழுத்தாளர்கள் அனைவருக்கும் நன்றி.

உடல் உழைப்பின் மூலம் இந்நூலுக்கு உதவிய தோழர் நெல்லை சந்தானத்திற்கு நன்றி.

முதல் மூன்று தொகுதிகளுக்கு எழுதப்பட்டுள்ள முன்னுரையில் நன்றி கூறப்பட்டுள்ள அனைவருக்கும் மீண்டும் என் நன்றி.

நீங்கள் காட்டும் அன்பும், ஆதரவும் அடுத்தடுத்த தொகுதிகளைக் கொண்டு வரும்.

- சுப.வீரபாண்டியன்

1,2,3 தொகுதிகளின்

பதிப்புரை

இன்றைய தலைமுறைக்குப் படிப்பதற்கு நேரம் ஒதுக்குவதற்கு முடிவதில்லை. எவற்றைப் படிக்க வேண்டும் என அவர்களுக்கு வழிகாட்டுவதற்கும் யாருமில்லை. அவர்களுடைய அறிவுப் பசியைத் தீர்க்கும் விதத்தில், தான் பெற்ற உலக அனுபவங்கள், தான் படித்த புத்தகங்களின் சாரங்கள் இவற்றைக் கலைஞர் தொலைக்காட்சியின் 'ஒன்றே சொல்! நன்றே சொல்!' உரைத் தொகுப்பின் மூலமாக நமக்குத் தருகிறார் ஐயா சுப.வீரபாண்டியன் அவர்கள். அந்த உரைத் தொகுப்பின் ஒரு பகுதி புத்தக வடிவில் மூன்று தொகுதிகளாக இப்போது உங்கள் கரங்களில் தவழ்கிறது. மற்ற தொகுதிகளும் தொடர்ந்து வெளி வரும்.

காலை 8.45 மணிக்கு எல்லார் வீட்டிலும் கலைஞர் தொலைக் காட்சியின் ஒன்றே சொல்! நன்றே சொல்! நிகழ்ச்சியைத்தான் பார்த்துக் கொண்டிருப்பார்கள்.

எங்கள் வீட்டில் அந்த நேரம் கூடுதல் பரபரப்பு நிலவும் நேரம். நாங்கள் அந்த நிகழ்ச்சியை விரும்பிப் பார்ப்பது மட்டுமல்ல அந்தப் பரபரப்புக்குக் காரணம், அதை கவனமாக தினமும் ஒலிப்பதிவு செய்து கொண்டு வந்து புத்தக வடிவில் வருவதற்கு ஒளி அச்சுக்கோர்வை செய்யவும் வேண்டும்.

நாங்கள் உலக வரலாற்றை, இலக்கியங்களை, சமூக ம[illegible] களைப்பற்றித் தெரிந்து கொள்வதற்கு அது பெரிதும் உதவ[illegible] கிறது. இப்போது உங்களுக்கும் புத்தக வடிவில் இருந்து உதவப் போகிறது.

ஐயா சுபவீ அவர்கள் தன் இடையறாத பணிகளுக்கிடையில் புத்தகம் வெளிவருவதற்கு உதவி புரிந்துள்ளார்கள். அவர்களுக்கு எங்கள் நன்றி.

முத்தமிழ் அறிஞர் தமிழக முதல்வர் டாக்டர் கலைஞர் அவர்கள் எங்கள் பதிப்புத்துறைக்கு செய்துள்ள நன்மைகள் ஏராளம். அவர்கள் இந்த நூலுக்கு அருமையானதொரு வாழ்த்துரை தந்து சிறப்பித்திருக்கிறார்கள். அவர்களுக்கும் எங்கள் மனமார்ந்த நன்றியைத் தெரிவித்துக்கொள்கிறோம்.

சுப.புகழேந்தி

வானவில் புத்தகாலயம்

பொருளடக்கம்

1. யூதர்களும் ஈப்ரு மொழியும்.. 13
2. பல்லி.. 19
3. பெரியார் ஒரு தீவிரவாதி... 24
4. காயிதே மில்லத்.. 30
5. சாதி என்னும் நஞ்சு... 35
6. கலித்தொகையில் ஒரு காட்சி....................................... 40
7. புயல்களுக்குப் பெயர்கள்... 45
8. தமிழ் இனத்தின் தாய்க்குடி - குறவர்கள்....................... 50
9. குறைகளைக் கொண்டாடலாமா?................................. 55
10. எரித்திரியா.. 60
11. அச்சும் பதிப்பும்.. 66
12. சங்கர மடங்கள்.. 71
13. நேருவும் காஷ்மீர் சிக்கலும்.. 76
14. ஈழத்தின் முதல் பலி... 80
15. சமூக இழிவு நீங்கிய நாள்.. 85
16. காஸ்ட்ரோ ரசித்த ஷெர்வான்டே................................... 89
17. செவிச் சொல்லும் சேர்ந்த நகையும்............................. 94
18. பஞ்சமர் என்றும் சண்டாளர் என்றும்........................... 104
19. இட ஒதுக்கீடு - ஒரு நல்ல தீர்ப்பு................................. 109
20. இசுலாமியர்களின் உரிமைப் போராட்டம்................... 117
21. மணிமேகலையும் அம்மன் விழாக்களும்..................... 123
22. தலைமையும் இயற்கை நியதியும்................................ 128
23. 1988 முதல் 1992 வரை... 133
24. திருட்டு... சின்னதும், பெரிதுமாய்................................ 138

யூதர்களும் ஈப்ரு மொழியும்

ஒரு நாட்டிலே போர் சூழுமானால், நாளைக்கு இங்கே இருக்கிற மக்கள் எல்லாம் அழிக்கப்பட்டு விடுவார்கள் என்கிற நிலை வருமானால், எல்லா நாட்டு மக்களும் குழந்தைகளை, பெண்களை அந்த இடத்திலே இருந்து வேறு இடத்திற்கு அனுப்பி விடுவார்கள். ஆனால் யூதர்களைப் பொறுத்த அளவு பெண்கள், குழந்தைகளை எல்லாம் அனுப்புவதற்கு முன்பாக அந்த மொழி சார்ந்த அறிஞர்களைக் காப்பாற்றி அவர்களை வேறு இடத்திற்கு அனுப்பி விடுவார்கள்.

உலகில் ஆயிரக்கணக்கான மொழிகள் இருக்கின்றன. ஏறத்தாழ மூன்றாயிரம் மொழிகள் இருப்பதாகக் கணக்குச் சொல்கிறார்கள். அவற்றுள் அறுநூறு மொழிகளுக்குத்தான் இலக்கண இலக்கியங்கள் இருக்கின்றன. அந்த அறுநூறு மொழிகளிலேயும் ஆறு மொழிகள்தான் மிகத் தொன்மையானவை என்று குறிக்கப்படுகின்றன. அந்த தொன்மையான ஆறு மொழிகளும் இன்றைக்கு வழக்கிலே இருக்கின்றனவா என்று பார்த்தால் தமிழும், சீனமும்தான் இன்றைக்கும் வழக்கிலே இருக்கின்றன. ஈராயிரம் ஆண்டுகளுக்கு முன்னாலும் பேசப்பட்டு இன்றைக்கும் பேசப்படுகிற மொழியாக இருப்பது தமிழும் சீனமும் என்றுதான் சொல்ல வேண்டும்.

சமற்கிருதம் தொன்மையான மொழிதான். ஆனால் அது எப்போதும் பேச்சு மொழியாக இருந்ததில்லை. லத்தீன், கிரேக்கம் போன்ற மொழிகள் எல்லாம் அழிந்து போய்விட்டன. அந்த மொழிகள் மட்டுமல்ல

இன்னமும் பல மொழிகள் இந்த உலகத்தை விட்டு அழிந்துபோய் விட்டன. புத்தரினுடைய தாய்மொழி பாலி இன்றைக்கு இந்த உலகத்திலே இல்லை. மகாவீரர் பேசிய மொழி மஹதி, இன்றைக்கு வழக்கிலே இல்லை.

ஏசுநாதரினுடைய மொழி அராமைக் இன்றைக்கு உலகத்திலே எங்கும் இல்லை. அதைப்போலவே சீசரினுடைய மொழி லத்தீன். இன்றைக்கு லத்தீன் இல்லை. எனவே பாலி, மஹதி, லத்தீன் போன்ற பல மொழிகள் இன்றைக்கு வழக்கிலே இல்லாமல் அழிந்து போய்விட்டன.

Qof (Q)	ΦΨΦΨ		Zayin (Z)	ㅜㅗㅓ	
Feh (P/F)			Chet (Ch)		
Feh (F)			Yod (Y)		
He (H)			Lamed (L)		
Mem (M)			Nun (N)		
Khaf (Kh)			Tsadeh (Ts)		
Tav (T)			Resh (R)		
Shin (Sh/S)			Alef (silent)		
Vav (V)			Dalet (D)		
Bet (B/V)			Gimel (G)		

Old Negev alphabet from Colorado with corresponding Hebrew sounds.

மொழிகளை இரண்டாகப் பிரிக்கலாம். அன்றிலிருந்து இன்றுவரைக்கும் இருக்கிற மொழிகள், இடையிலே தோன்றி மறைந்த மொழிகள் என்று இரண்டாகப் பிரிக்கலாம். ஆனால் இந்த இரண்டிலும் அடங்காத ஒரு மொழி இருக்கிறது என்று சொன்னால், அது ஈப்ரு மொழி என்றுதான் சொல்ல வேண்டும். ஈப்ரு என்பது மிகத் தொன்மையான மொழி. இடையிலே அதனுடைய வழக்கு அழிந்து போனது. மறுபடியும் புதுப்பிக்கப்பட்டு இன்றைக்கு மீண்டும் வளர்ந்து கொண்டிருக்கிற ஒரு மொழியாக இருக்கிறது. இது வேறு எந்த மொழிக்கும் இல்லாத ஒரு சிறப்பு. இன்றைக்கும் ஒரு மொழி அழிந்துபோய் விடுமேயானால் அதைப் புதுப்பிக்கும்

முயற்சி என்பது ஈப்ருவைத் தவிர வேறு எந்த மொழியும் பெற்றிருக்காது.

புதுப்பிக்கும் முயற்சி பல நேரங்களிலே லத்தீன் மொழி போன்றவற்றுக்கும் நடைபெற்றது. ஆனால் வெற்றி பெறவில்லை. சமற்கிருத மொழியைக் கூட மக்கள் மொழியாகக் கொண்டு வந்துவிட வேண்டும் என்று அரசாங்கம் பலகோடி ரூபாய்களைக் கொட்டிச் செலவழித்தது. ஆனால் இன்றைக்கு வரைக்கும் அது ஒரு மந்திரம் சொல்லும் புரோகித மொழியாக இருக்கிறதே தவிர, மக்கள் மொழியாக ஆகவில்லை.

அந்த முயற்சியில் வெற்றி பெற்றவர்கள் யூதர்கள் மட்டும்தான். அவர்களினுடைய மொழிதான் ஈப்ரு மொழி. அராமைக் என்கிற ஏசு நாதரினுடைய மொழியைக்கூட மெல்லமெல்ல ஈப்ருவுக் குள்ளே உள்வாங்கிக் கொண்டார்கள். இன்றைக்கு மாடர்ன் ஈப்ரு என்றும் இட்டிஷ் (Yiddish) என்றும் அதை வழங்குகிறார்கள். அந்த மொழியை அவர்கள் எப்படிப் புதுப்பித்தார்கள், எப்படி அழிவுக்குப் பிறகும் காப்பாற்றினார்கள் என்று இரண்டு பெரிய கேள்விகள் இருக்கின்றன.

அவர்களிடத்திலே ஒரு பழக்கம் இருக்கிறது. இந்த நாட்டிலே போர் சூழுமானால், நாளைக்கு இங்கே இருக்கிற மக்கள் எல்லாம் அழிக்கப்பட்டு விடுவார்கள் என்கிற நிலை வருமானால், எல்லா நாட்டு மக்களும் குழந்தைகளை, பெண்களை அந்த இடத்திலே இருந்து வேறு இடத்திற்கு அனுப்பி விடுவார்கள். ஆனால் யூதர்களைப் பொறுத்த அளவு பெண்கள், குழந்தைகளை எல்லாம் அனுப்புவதற்கு முன்பாக மொழி சார்ந்த அறிஞர்களைக் காப்பாற்றி அவர்களை வேறு இடத்திற்கு அனுப்பி விடுவார்கள் என்பது நாம் குறித்துக் கொள்ளத் தக்க ஒரு செய்தியாக இருக்கிறது.

மொழியின் மீது அவர்களுக்கு இருக்கிற பற்றுதல், மொழி யினுடைய அடிப்படையில்தான் பண்பாட்டைக் கட்ட முடியும் என்று அவர்கள் உணர்ந்திருந்தமை என இவைகளையெல்லாம் வைத்துப் பார்க்கிறபோது, அவர்கள் எப்படியாவது அந்த மொழியைப் பாதுகாத்துப் பிறகு மறுபடியும் உயிர்ப்பித்து விட வேண்டும் என்று கருதினார்கள், அவ்வாறே அதைச் செய்தும் முடித்திருக்கிறார்கள் என்பதை அறிய முடிகிறது.

இஸ்ரேல் என்கிற நாடு *1948*இல்தான் உருவானது. அப்போதுதான் யூதர்கள் மறுபடியும் தங்களினுடைய மொழியை

மீண்டும் உலகத்திலே மக்கள் மொழியாக ஆக்க வேண்டும் என்கிற அதிகாரப்பூர்வமான முயற்சிகளை எடுத்தார்கள். ஆனால் அதற்கு முன்பாகவே 1922ஆவது ஆண்டே, அறிவிக்கப்படாத இஸ்ரேல் நாட்டினுடைய அரசு மொழி என்று அந்த ஈப்ரு மொழியைச் சொன்னார்கள். அதாவது இஸ்ரேல் என்கிற ஒரு நாடே உருவாகவில்லை. ஆனால் அந்த நாட்டை உருவாக்கியே தீருவோம் என்கிற உறுதியும் பிடிப்பும் யூதர்களிடம் இருந்தது. எனவே நாங்கள் உருவாக்கப்போகிற அந்த நாட்டுக்கான மொழி ஈப்ருதான். அல்லது புதுப்பிக்கப்பட்ட வடிவத்தில் இட்டிஷ்தான் என்று அவர்கள் குறிப்பிடுகிறார்கள். அப்படிக் குறிப்பிட்டதோடு மட்டுமல்லாமல் சொன்னதைச் செய்தும் காட்டியிருக்கிறார்கள்.

48க்குப் பிறகு அந்த மொழியினுடைய வளர்ச்சி மளமளவென்று இருந்தது. வேறு யாரும் எண்ணிப் பார்க்க முடியாத அளவுக்கு மிக விரைவாக அந்த மொழியின் வளர்ச்சி இருந்தது. அந்த வளர்ச்சிக்குக் காரணமானவர்கள் பெயர்களைக் குறிப்பிட வேண்டுமானால் பென்யெகுடாவினுடைய பெயரை முதலில் குறிப்பிட வேண்டும். பென் யெகுடாதான் அதற்கான கடுமையான முயற்சிகளை எடுத்த, அந்த மொழியினுடைய அறிஞராகத் திகழ்கிறார். அவருடைய அறிவுரைப்படி அந்த அரசாங்கம் செயல்படுகிறது. அந்த மொழி அறிஞர் என்ன சொல்கிறாரோ அதற்குத்தான் அந்த அரசு முதல் இடத்தைக் கொடுக்கிறது. அவருடைய அறிவுரையைக் கேட்டு தி அகாடமி ஆப் ஈப்ரு லேங்க்வேஜ் என்கிற - பிரெஞ்ச் அகாடமி என்பது போல - ஒரு கழகத்தை அந்த இஸ்ரேல் அரசு உருவாக்குகிறது.

அந்தக் கழகம் என்ன செய்கிறது என்றால், பேச்சு மொழியாக இருக்கிற அந்த பழைய ஈப்ரு மொழியினுடைய சொற்களை யெல்லாம் தொகுத்து, அவற்றினுடைய அடிப்படை வேர்ச் சொற்களையெல்லாம் கொண்டு, முன்னொட்டும் பின்னொட்டு மாக இணைத்துப் பல்வேறு சொற்களை உருவாக்குகிறது. ஏற்கனவே வழக்கில் வீட்டு மொழியாக இருந்த சொற்களைக் கொண்டு, அதை இன்னும் பல்வேறு சொற்களாக ஆக்கி, மக்களிடத்திலே அதைக் கொண்டு போகிறது, இலக்கியங்களை உருவாக்குகிறது. ஈப்ரு மொழியிலே எழுதுகிறவர்களுக்கு, அந்த இலக்கியவாணர்களுக்கு ஏராளமான பரிசுகளை அந்த அரசாங்கம் அறிவிக்கிறது. ஈப்ரு மொழி பயில்கிறவர்களுக்குப் பல்வேறு முன்னுரிமைகளை அந்த அரசு கொடுக்கிறது. எல்லா இலக்கிய வளமும் இலக்கண வளமும் இருக்கிற மொழிக்குக்கூட ஒரு அரசாங்கம் அப்படித் தனிப்பட்ட

முறையிலே சலுகை காட்டுவது கூடாது என்று இன்றைக்கு இந்தியா போன்ற நாடுகளிலே வழக்குத் தொடுக்கிறார்கள்.

ஆனால் அப்படி ஒரு மொழியே அழிந்துபோய், இல்லாமல் இருக்கிற கால கட்டத்தில், அதை உருவாக்கி, அதை வளப்படுத்தி, இலக்கியம் வாய்ந்த ஒரு மொழியாக ஆக்குகிற எல்லா முயற்சிகளிலேயும் அவர்கள் ஈடுபட்டிருக்கிறார்கள். அவர்கள் முயற்சி எந்த அளவுக்கு வெற்றி பெற்றிருக்கிறது என்றால், 1966இல் இலக்கியத்துக்காக நோபல் பரிசு பெற்றவர் ஈப்ரு மொழிக்காரர் என்பது குறிப்பிடத்தக்கதாக இருக்கிறது. சாமுவேல் யூசுப் என்கிற அவர் 66இல் இலக்கியத்துக்காக நோபல் பரிசு பெறுகிறார். அவருடைய மொழி எது என்று கேட்டால் பழைய ஈப்ரு மொழி. பழைய ஈப்ரு மொழியிலே இலக்கியத்தைச் செய்த காரணத்துக்காக அவருக்கு நோபல் பரிசு வந்து சேருகிறது.

ஒரு மொழி மூவாயிரம் ஆண்டுகளுக்கு முன்னால் வளமாக இருந்து, இடையிலே காணாமல் போய், இன்றைக்கு மறுபடியும் அந்த மொழி உருவாக்கப்பட்டு, அந்த மொழியிலே இலக்கியம் படைத்தவர் நோபல் பரிசையே பெற்றிருக்கிறார் என்று சொன்னால், உலக வரலாற்றில் குறித்துக் கொள்ள வேண்டிய ஒரு மிகப்பெரிய சாதனையாக இது இருக்கிறது.

அதுமட்டுமல்லாமல், ஏசுநாதர் அராமைக் மொழியிலேதான் விவிலியத்திலே இருக்கிற கருத்துக்களைச் சொல்லியிருக்க முடியும். ஆனால் இன்றைக்கு அராமைக்கிலே இருக்கிற அந்தச் செய்திகளையெல்லாம் ஈப்ரு மொழியிலே மாற்றி தி பைபிள் ஆப் ஈப்ரு என்பதாக அவர்கள் இன்றைக்கு ஆக்கியிருக்கிறார்கள். இன்னமும் சொன்னால் பழைய ஏற்பாடு என்பதுதான் யூதர்களுக்கு உடன்பாடு ஆனது. அதனை இன்றைக்கு முழுக்க முழுக்க ஈப்ருவுக்குக் கொண்டு வந்து, ஈப்ருதான் அதனுடைய அடித்தளம் என்பதைப்போல ஆக்கியிருக்கிறார்கள்.

அது மட்டுமல்லாமல் அவர்கள் ஏராளமான நூல்களைக் கொண்டு வந்திருக்கிறார்கள். குறிப்பாக அறிவியல் கலைச்சொற்கள் அனைத்தும் ஈப்ரு மொழியிலே ஆக்கப்பட்டிருக்கின்றன. அதற்கு இணையாகப் பிற மொழிகளிலே இருந்து ஈப்ரு மொழிக்குப் பெயர்க்கப்பட்டவையாகவும் இருக்கின்றன. உலகத்தினுடைய அறிவுச் செல்வங்களையெல்லாம் ஈப்ரு மொழிக்குக் கொண்டு வந்து விட வேண்டும் என்பதிலேயும், ஈப்ருவினுடைய சிந்தனைகளை யெல்லாம் மற்ற மொழிகளுக்குக் கொண்டு போய்விட வேண்டும் என்பதிலேயும் அவர்கள் மிகக் கவனமாக இருக்கிறார்கள்.

உலகத்தினுடைய மையப்பகுதியில் அந்த இஸ்ரேல் என்கிற நாடு அமைந்திருப்பது அவர்களுக்கு இன்னொரு விதத்திலேயும் வாய்ப்பாக இருக்கிறது. அது மட்டுமல்லாமல் யூதர்கள்தான் உலகத்தினுடைய பல நாடுகளிலேயும் மிகத் திறன் வாய்ந்தவர்களாக... புகழ் வாய்ந்த இடங்களிலேயும் இருப்பவர்களாக இருக்கிறார்கள். இன்றைக்கு அமெரிக்கா வினுடைய அரசு நிர்வாகத்திலேயும்கூட யூதர்களுக்கு எவ்வளவு பெரிய பங்கு உண்டு என்பதை நாம் அறிவோம். எனவே அவன் அமெரிக்காவிலே இருந்தாலும், இங்கிலாந்திலே இருந்தாலும், ஆஸ்திரேலியாவிலே இருந்தாலும், நியூசிலாந்திலே இருந்தாலும், யூதன் யூதனாக இருக்கிறான். தன் மொழி பற்றிய உணர்வோடும், தன் இனம் பற்றிய சிந்தனையோடும்தான் எப்போதும் இருக்கிறான். அதனால்தான் தொன்மையான ஆறு மொழிகளில் ஒன்றாகிய ஈப்ரு, மறுபடியும் இன்றைக்கு இட்டிஷ் என்கிற பெயரிலே புதுப்பிக்கப்பட்டு, ஒரு புதுப்பொலிவைப் பெற்றிருக்கிறது.

பல்லி

எத்தனையோ கோடி மைல்களுக்கு அப்பாலே இருக்கிற விண்வெளிக் கோள்களை எல்லாம் ஆராய்ந்து தெரிந்து கொள்ள வேண்டும் என்று கருதுகிற நாம், நம்மைச் சுற்றி இருக்கிற உயிரினங்களைப் பற்றிக்கூடப் பலநேரங் களில் அறிந்து கொள்ளாமல் இருக்கிறோம்.

உலகின் செய்திகள் பலவற்றை அறிந்து கொள்ள ஆசைப்படுகிற நாம், சில வேளைகளில் நம்மோடு இருக்கிற நமக்கு மிக அருகில் இருக்கிற உயிரினங்களைப் பற்றி அறிந்து வைத்துக் கொள்வது இல்லை. மற்ற உயிரினங்கள் எல்லாம் நமக்கு அறிமுகம் ஆகவில்லை என்றாலும் எந்த ஒரு குழந்தைக்கும் கூட பல்லியைத் தெரியும். வீட்டில் இருக்கிற பல்லியை அறியாத குழந்தைகளோ பெரியவர் களோ இருக்க முடியாது. வீட்டில் நாய் வளர்க்கிறோம், பூனை வளர்க்கிறோம், மீன் வளர்க்கிறோம், ஆனால் பல்லிகளை நாம் வளர்ப்பதில்லை. அவை தானாகவே வளர்கின் றன. நம்முடைய வீட்டுச் சுவர்களில் எந்த நேரத்திலும் பல்லிகளை நாம் பார்க்க முடியம். பெரும்பாலும் பகலில் எங்கோ இண்டு இடுக்கு களில் ஒளிந்து கொண்டிருக்கிற பல்லிகள், மாலைக்குப் பிறகு இரவு நேரத்திலே மெல்ல மெல்ல வெளிப்படுகின்றன. இந்த பல்லிகள் நம்மோடு இருக்கின்றன, நம்மோடு வாழ்கின்றன. ஆனால் அந்த பல்லிகளைப் பற்றி நாம் எந்த

அளவுக்குத் தெரிந்து வைத்திருக்கிறோம் என்பது நம் சிந்தனைக்குரியது.

நாம் பல்லிகளைப் பற்றித் தெரிந்து வைத்திருப்பதெல்லாம் ஒரே ஒரு செய்திதான். அந்தச் செய்தியும் முற்றிலும் தவறானது என்று அறிவியல் அறிஞர்கள் இன்றைக்குக் கூறுகிறார்கள். பல்லி உணவில் விழுந்து விட்டால் அந்த உணவு விசமாய்ப் போய்விடும், நமக்கு வாந்தி வரும், குமட்டல் வரும், உடல் நலம்கெடும். இதுதான் நாம் அறிந்து வைத்திருக்கிற செய்தி. இந்தச் செய்தியும் உண்மையில்லை என்பது இன்னொரு பக்கம். நம்முடன் இருக்கிற ஒரு சின்ன உயிரினம் பற்றி நாம் அறியாமல் இருக்கிறோம். பல்லி என்பது மனிதர்களுக்கு எந்தவித்ததிலும் கேடு செய்யாத ஒரு உயிரினம்.

தியோடர் பாஸ்கரன் போன்ற சுற்றுச்சூழலிலே ஆர்வம் கொண்டவர்கள் பல்லியைக் குறித்து ஒரு நூலிலே எழுதியிருக் கிறார்கள். 'இன்னும் பிறக்காத தலைமுறைக்காக' என்கிற புத்தகத்தில் பல்லியைப் பற்றி மட்டுமே ஓர் அத்தியாயத்தை அவர் எழுதியிருக்கிறார். அதில் இருக்கிற பல செய்திகள் நமக்கு, அடடா இத்தனை காலம் நம்மோடு இருகிற பல்லியைப்பற்றி இதுவரைக்கும் இவற்றையெல்லாம் தெரிந்து வைத்துக் கொள்ளவில்லையே என்கிற ஒரு எண்ணத்தை ஏற்படுத்துகிறது. முதலில் அவர் சொல்கிற செய்தி, மனிதர்கள் தங்கள் தவறுகளுக்குப் பல்லிகளைப் பலியாக்கி இருகிறார்கள் என்பதுதான். பெரும்பான்மையாக, பல்லி விழுந்ததால் அந்த உணவை உட்கொண்ட பிள்ளைகள் மயக்க மடைந்தார்கள் என்கிற செய்தி மதிய உணவுக் கூடங்களில் இருந்துதான் வருகிறது. ஆனால் பல்லிகளுக்கு நஞ்சு கிடையாது என்பதுதான் அறிவியல் உண்மை. எனவே பல்லிகளை உண்பதால்கூட எந்தவித உடல்நலிவும் நமக்கு ஏற்பட்டுவிடாது. அதற்கு என்ன சான்று என்றால் பல்லியும், உடும்பும் ஒரே இனம்தான். சின்னச் சின்னதாகத் தொடங்கி பல்லியிலே இருந்து ஓணான், பச்சோந்தி - அப்படியே போனால் உடும்பு வரைக்கும் பல்லியினுடைய இனத்தைச் சேர்ந்தவைதான். உடும்புக் கறியே உண்பவர்கள் இருக்கிறார்கள். காட்டிலே இருந்த சந்தன வீரப்பனைப் பற்றிச் சொல்கிறபோது, அவர் விரும்பி உண்ட உணவு உடும்புக் கறி

என்பார்கள். எனவே உடும்புக் கறியையே உண்கிறவர்கள் இருக்கிறபோது, பல்லி உணவில் விழுந்ததால் ஒரு மனிதன் இறந்து போய்விடுவான் என்பது எந்த விதத்திலும் உண்மையில்லை. மங்கோலிய இன மக்களுக்கு இன்றைக்கும் அதுபோன்ற ஊர்வனவற்றை உண்கிற பழக்கம் இருக்கிறது. பல்லி நஞ்சென்று சொன்னால் இந்நேரம் அத்தனைபேரும் அங்கு செத்துப்போயிருக்க வேண்டும். பல்லியில் எந்த நஞ்சும் கிடையாது.

பிறகு எப்படி பல்லி உணவிலே விழுந்தால் அந்தப் பிள்ளைகளுக்கெல்லாம் வாந்தியும், மயக்கமும் வருகிறது என்றால், கெட்டுப்போன உணவை அதாவது நஞ்சாகிவிட்ட உணவை (புட் பாய்சன்) உட்கொள்வதால் அந்நிலை ஏற்படுகிறது. மனிதர்கள் தங்கள் தவற்றை மறைப்பதற்காக, அவற்றை பல்லிகளின் மீது சாட்டி விடுகிறார்கள் என்பதுதான் தியோடர் பாஸ்கரன் வைக்கிற வாதம். ஆனால் அடிக்கடி நாம் செய்திகளில் பார்க்கிறோம். சில ஆண்டுகளுக்கு முன்பு புதுவையிலே ஒரு பெண் கொல்லப்பட்டாள். அவளுடைய கணவன் திட்டமிட்டுத் தன்னுடைய மனைவியைக் கொன்றுவிட்டு, அவள் உண்ட உணவிலே ஒரு பல்லியையும் பிடித்துப்போட்டுவிட்டு, பல்லி விழுந்த உணவை உண்டதால்

இறந்துபோனாள் என்று சொல்லிவிட்டான். பிறகு காவல் துறை ஆராய்ச்சி செய்துபார்த்ததில் அந்தப் பெண்ணின் உடம்பில் சயனைடு கலந்திருந்ததைக் கண்டுபிடித்தார்கள். அந்தப் பெண்ணின் மரணத்திற்கும் பல்லிக்கும் எந்தவிதத்திலும் தொடர்பு கிடையாது. அந்தப் பெண் இறந்ததற்கு சயனைடு உட்கொண்டதுதான் காரணம். அந்த சயனைடை அவளுடைய கணவன் கொடுத்திருக்கலாம் அல்லது அந்தப் பெண்ணே உட்கொண்டிருக்கலாம். எப்படியிருந்தாலும் அவளின் மரணத்திற்கும் பல்லிக்கும் எந்தவித தொடர்பும் கிடையாது என்பது பின்னாலே கண்டுபிடிக்கப்பட்டது. இப்படிப் பலருக்கும் நேர்ந்திருக்கிறது.

ஒரு பெண் மோர் குடிக்கும்போது அந்த மோர்க் குவளையிலே கடைசியில் ஒரு சின்ன பல்லியைப் பார்த்துவிட்டு வாந்தி எடுத்திருக்கிறாள். அந்த வாந்தி என்பது பயத்தின் வெளிப்பாடாகும். பிறகு மருத்துவரிடம் போகிறபோது, அதனால் எந்தக் கேடும் இல்லை என்று அவர் சொல்லி அனுப்பியதையும் நாம் நாளேடுகளில் படித்திருக்கிறோம். எனவே பல்லியைக் கண்டு நாம் அச்சப்படத் தேவையில்லை. அது இயல்பாக வருகிறது. கரப்பான் பூச்சிகளை, விட்டில் பூச்சிகளை உண்டு வாழ்கிறது. நாம் அதற்கு உணவு வைக்கவில்லை. நாம் வளர்க்கவில்லை. அதுவாகவே இயல்பாக தனக்கான இரையைத் தேடிக்கொள்கிறது.

உலகத்திலே இருக்கிற எல்லா பல்லிகளும் இப்படித்தானா என்று கேட்டால், இல்லை இல்லை, அளவில் இவற்றைவிட மிகப்பெரிய பல்லிகள் உலகத்தில் இருக்கின்றன. மிகச் சிறிய அளவிலே இருந்து மிகப் பெரிய அளவுவரையான பல்லிகள் உலகத்தில் இருக்கின்றன. குறிப்பாக இந்தோனேசியாவில் இருக்கிற ஹாங்கோ ட்ராகான் என்கிற அந்தப் பல்லிதான் உலகத்திலேயே மிகப்பெரியது என்று சொல்லுகிறார்கள். நம் வீட்டுப்பல்லி, விட்டில் பூச்சியையும், கரப்பான் பூச்சியையும் சாப்பிடுகிறது. இந்தோனேசியாவில் இருக்கிற அந்தப் பல்லி முயலையும், மான் குட்டியையும் சாப்பிடுகிறது. ஒரு மானையே சாப்பிடுகின்ற அளவுக்குப் பெரிய பல்லிகளும் இருக்கின்றன என்பது நமக்கு வியப்பைத் தருகிற ஒரு செய்தியாக இருக்கிறது. இந்தப் பல்லிகளைப் பாதுகாப்பதற்காக உலகத்திலே ஒரு சங்கம்

இருக்கிறது என்பதும் நமக்கு வேடிக்கையாக இருக்கிறது. பல்லிகளைப் பற்றியே கவலைப்படாமல் நாம் இருக்கிறோம். ஆனால் பல்லிகளைப் பற்றிக் கவலைப்பட்டு, பல்லிகளைக் காப்பாற்ற வேண்டுமென்பதற்காக, அவைகளும் சுதந்திரத்தை அனுபவிக்க வேண்டுமென்பதற்காக, அமெரிக்காவில் குளோபல் எக்கோ அசோசியேசன் என்கிற ஒரு அமைப்பு இருக்கிறது என்கிற தகவலையும் தியோடர் பாஸ்கரன் நமக்குத் தருகிறார். Gecko என்பதுதான் பல்லிகளுக்கான ஆங்கிலப்பெயர். Lizard என்பது மிகப்பெரிய ஓணான்களுக்கான பெயர்.

எத்தனையோ கோடி மைல்களுக்கு அப்பாலே இருக்கிற விண்வெளிக் கோள்களை எல்லாம் ஆராய்ந்து தெரிந்து கொள்ள வேண்டும் என்று கருதுகிற நாம், நம்மைச் சுற்றி இருக்கிற உயிரினங்களைப் பற்றியும் அறிந்து கொள்ள வேண்டும். பல்லியைப் பற்றிய இன்னொரு செய்தி, பல்லியை வெளவால் கூடச் சில நேரங்களிலே சாப்பிட்டுவிடுகிறது. பல்லியை வாலைப் பிடித்துத் தூக்கினால் யாரும் அதனைக் கொல்ல முடியாது. காரணம் அதனுடைய வால் உடனே அறுபட்டுப்போகும் என்பதுதான். வால் அறுபட்டுப் போவதனாலே பல்லிக்கு எந்தக் கேடும் இல்லை. அதனுடைய உடல் அமைப்பில் இயல்பாக அது மூடிக்கொள்ளும். இரத்த ஓட்டம் சீர்படும். மறுபடியும் வால் முளைத்துவிடும் என்பது பல்லிக்கு அமைந்திருக்கிற சிறப்புத் தன்மை.

நம்முடைய பழைய இலக்கியங்களிலே கூட 'நாராய் நாராய்' என்று தொடங்குகிற சத்திமுத்தப் புலவரின் பாட்டு நம் எல்லோருக்கும் நினைவிருக்கும். அந்தப் பாட்டில், 'நனைசுவர்க் கூரை கனைகுரல் பல்லி' என்று ஒரு வரி வருகிறது. பல்லியைப் பற்றி இலக்கியங்கள் எல்லாம் பேசியிருக்கின்றன. நாமும் அதுபற்றித் தெரிந்து கொள்வதற்குத் தியோடர் பாஸ்கரின் இந்தக் கட்டுரை நமக்கு உதவுகிறது.

தெரிந்துகொள்ள வேண்டிய செய்திகளை எல்லாம் தவற விட்டுவிடுகிற பலர், பல்லி விழுந்தால் பலன் என்ன என்னும் பஞ்சாங்கத்தை மட்டும் சரியாகத் தெரிந்து வைத்துக் கொள் கிறார்கள்.

பெரியார் ஒரு தீவிரவாதி

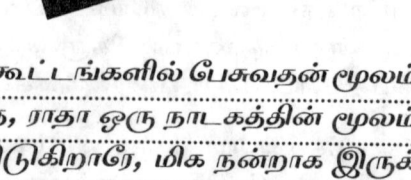

'நாம் நூறு கூட்டங்களில் பேசுவதன் மூலம் சாதிப்பதை, ராதா ஒரு நாடகத்தின் மூலம் சாதித்துவிடுகிறாரே, மிக நன்றாக இருக் கிறது. வெறும் நூறு ரூபாய்தானே, இனி எல்லா மாநாடுகளிலும் போடுங்கள்' என்று சொன்னபோது, அண்ணா அதிர்ந்து போய் விடுகிறார்

நடிகவேள் எம்.ஆர்.ராதாவின் நாடகங்கள் மக்களிடத்திலே பெரும் வரவேற்பைப் பெற்றுக்கொண்டிருந்த காலம். அதை அடிப்படையாக வைத்து அறிஞர் அண்ணா தந்தைபெரியார் அவர்களை அணுகி, 'நம்முடைய மாநாடுகளிலேயும் ராதாவின் நாடகத்தைப் போடச் சொல்லலாமா' என்று கேட்கிறார். பெரியாருக்கு ஒரு நிமிடச் சிந்தனை. பெரியாருக்கு எப்போதும் திரைப்படம், நாடகம் போன்றவற்றில் ஒரு தயக்கம் உண்டு. பிறகு, 'சரி, நம்முடைய பகுத்தறிவுக் கருத்துகளைத்தானே அவர் சொல்லுகிறார்,போடலாம்' என்று சொல்லிவிட்டு, பெரியார் அடுத்ததாக ஒரு வார்த்தை சொல்லுகிறார், 'என்ன, ராதா ஒரு நாடகத்திற்கு நூறு ரூபாய் கேட்பார் அவ்வளவு தானே' என்கிறார்.

அண்ணாவிற்குத் தெரியும், அப்போது ராதா ஒரு நாடகத்திற்கு ஆயிரம் ரூபாய் வாங்கிக்கொண்டு இருந்தார் என்பது. ஆனால் ஆயிரம் ரூபாய் என்று

சொன்னால் அய்யா அதற்குச் சம்மதிக்க மாட்டார். சரி எப்படியாவது அய்யாவிடத்திலே முதலில் ஒப்புதலை வாங்கி விடலாம். நூறு ரூபாய் அய்யா கொடுப்பார், மீதமிருக்கிற தொள்ளாயிரம் ரூபாயை எப்படியாவது சமாளித்து, மாநாட்டு வரவிலிருந்தாவது கொடுத்துவிடலாம் என்கிற முடிவோடு அறிஞர் அண்ணா அவர்கள் அதை ஏற்றுக்கொள்ள, ராதாவின் நாடகம் முதன்முதலாகச் சுயமரியாதை மாநாட்டிலே நடைபெற்றது. பெரும் வரவேற்பு. அதைப் பார்த்துவிட்டு அய்யாவும் மகிழ்ச்சியாகச் சொல்லுகிறார்,'நாம் நூறு கூட்டங்களில் பேசுவதன் மூலம் சாதிப்பதை, ராதா ஒரு நாடகத்தின் மூலம் சாதித்துவிடுகிறாரே, மிக நன்றாக இருக்கிறது. வெறும் நூறு ரூபாய்தானே, இனி எல்லா மாநாடுகளிலும் போடுங்கள்' என்று சொன்னபோது, அண்ணா அதிர்ந்து போய்விடுகிறார். இனி ஒவ்வொரு மாநாட்டிற்கும் தொள்ளாயிரம் ரூபாய்க்கு எங்கே போவது? இப்படிப் பல சுவையான நிகழ்ச்சிகளை உள்ளடக்கி ஒரு புத்தகம் அண்மையிலே வெளிவந்திருக்கிறது. அந்தப் புத்தகத்தினுடைய பெயர் 'பெரியார் ஒரு தீவிரவாதி' என்பது.

அந்தத் தலைப்பு கொஞ்சம் மிரட்டுகிறது. ஆனால் உள்ளே சொல்லப்பட்டிருக்கிற செய்தி பெரியார் ஒரு 'கொள்கைத் தீவிரவாதி' என்பதுதான். வழக்கறிஞர் ஆ. முத்துநாராயணன், தான் நேரடியாகவும், பிறர் மூலமாகவும் அறிந்த பல சுவையான செய்திகளை அந்த நூலிலே தொகுத்திருக்கிறார். அந்தச் செய்திகளையெல்லாம் உள்வாங்கித் தொகுத்து நூலாக வெளியிட்டிருக்கிறவர், அவருடைய மருமகன், எழுத்தாளர் பட்டுக்கோட்டை பிரபாகர். இந்த நூலின் மூலம் நாம் இன்னொரு செய்தியையும் தெரிந்து கொள்கிறோம். பட்டுக்கோட்டை பிரபாகர் என்றால், வெறுமனே துப்பறியும் நாவல் எழுதுகின்ற ஒரு எழுத்தாளர் என்கின்ற நிலையினைத்தாண்டி, அவர் ஒரு பெரியாரியப் பற்றாளராகவும் இருக்கிறார் என்பதை இந்நூலினுடைய முன்னுரை நமக்குச் சொல்லுகிறது. அது மகிழ்ச்சியான அதிர்ச்சியைத் தருகிறது.

ஏராளமான செய்திகள். சின்னச்சின்ன செய்திகள். அந்தச் செய்திகள் எல்லாம் வரிசையாகக் கட்டுரைகளைப்போல

ஆக்கப்படாமல்,சின்னச் சின்னத் துண்டுகளாகத் தரப்பட்டுள்ளன. இன்றைக்கு ஆழ்ந்த ஆராய்ச்சிக் கட்டுரைகளைப் படிக்கின்றவர் களின் எண்ணிக்கை குறைந்து போய் இருக்கிறது. உணவுப் பழக்கத்திலேயும் சரி, படிக்கும் பழக்கத்திலேயும் சரி, கொறிக்கும் பழக்கம்தான் நம்மிடத்திலே அதிகமாக இருக்கிறது. அப்படிக் கொறிப்பதற்கு ஏற்ற சுவையான நிகழ்ச்சிகள் நிறைய அந்நூலிலே தொகுக்கப்பட்டிருக்கின்றன. பெரியாரினுடைய வாழ்க்கை வரலாறும் பிற்பகுதியிலே கொடுக்கப்பட்டிருக்கிறது.

ஒரு முறை தந்தை பெரியார் அவர்கள் வழக்குரைஞர் முத்துநாராயணன் அவர்களுடைய இல்லத் திருமணத்திற்கு வந்திருக்கிறார். சேலத்தில் உடல்நலமில்லாமல் மருத்துவ மனையிலே படுத்திருந்த பெரியார், வருவதாகச் சொல்லி விட்டோமே என்பதற்காகப் புறப்பட்டு வந்திருக்கிறார். 9 மணிக்குத திருமணம் முடிந்து போய்விட்டது. ஆனாலும் சுமார் 11 மணியளவிலே பெரியார் வந்திருக்கிறார். வந்தவுடன் ஒரு வெள்ளிக் குவளையிலே பாயாசத்தை அவருக்குக் கொடுத்திருக்கிறார்கள். பாயாசத்தை அருந்திய தந்தை பெரியார் அவர்கள், நன்றாக இருக்கிறது என்று சொல்லிவிட்டு, அந்தக் குவளையைத் திருப்பிக் கொடுத்திருக்கிறார். உடனே இந்த நூலின் ஆசிரியர் முத்துநாராயணன், 'இல்லையில்லை, அந்தக் குவளையும் உங்களுக்குத்தான் வைத்துக்கொள்ளுங்கள்' என்று சொல்லியிருக்கிறார். சொன்னவுடனே பெரியார் மகிழ்ந்து 'அப்படியானால் இன்னும் கொஞ்சம் பெரிய குவளையிலே கொடுத்திருக்கலாமே' என்று சொல்லுகிறார். ஒவ்வொன்றையும் தன்னுடைய கட்சிக்கும் இயக்கத்திற்கும் அவர் எப்படிச் சேர்த்தார் என்பதை எல்லாம் அந்த நூலின் பல செய்திகள் கூறுகின்றன.

ஒருமுறை முத்துநாராயணன் அவர்கள் அய்யாவோடு பயணம் செய்கிறார். ஒரு கருத்துப் பரப்புரைக் கூட்டம் முடிந்து இன்னொரு கூட்டத்திற்குப் போகிறவழியில்,ஓர் இடத்தில் அந்த மகிழுந்து நிற்கிறது. தொலைவிலே இருக்கிற ஒரு கடையிலே போய் 'கொஞ்சம் பூந்தி வாங்கிட்டு வாங்க, எல்லோரும் சாப்பிடலாம்' என்கிறார் பெரியார். இரண்டு ரூபாய் கொடுத்து விடுகிறார். அங்கு போய் இரண்டு ரூபாய்க்கு பூந்தி கேட்டால், கடைக்காரர் வந்திருப்பது பெரியார்தான் என்பதைத் தெரிந்துகொண்டு ஏராளமான பூந்தியைப் பொட்டலம் கட்டிக்

கொடுத்து விடுகிறார். அது பெரியாருக்குப் போகிறது என்கிற பிரியத்தினாலே அதிகமாகக் கொடுத்துவிடுகிறார். வந்தவுடனே வாங்கி வைத்துக்கொண்டு பெரியார் சொல்லுகிறார்,

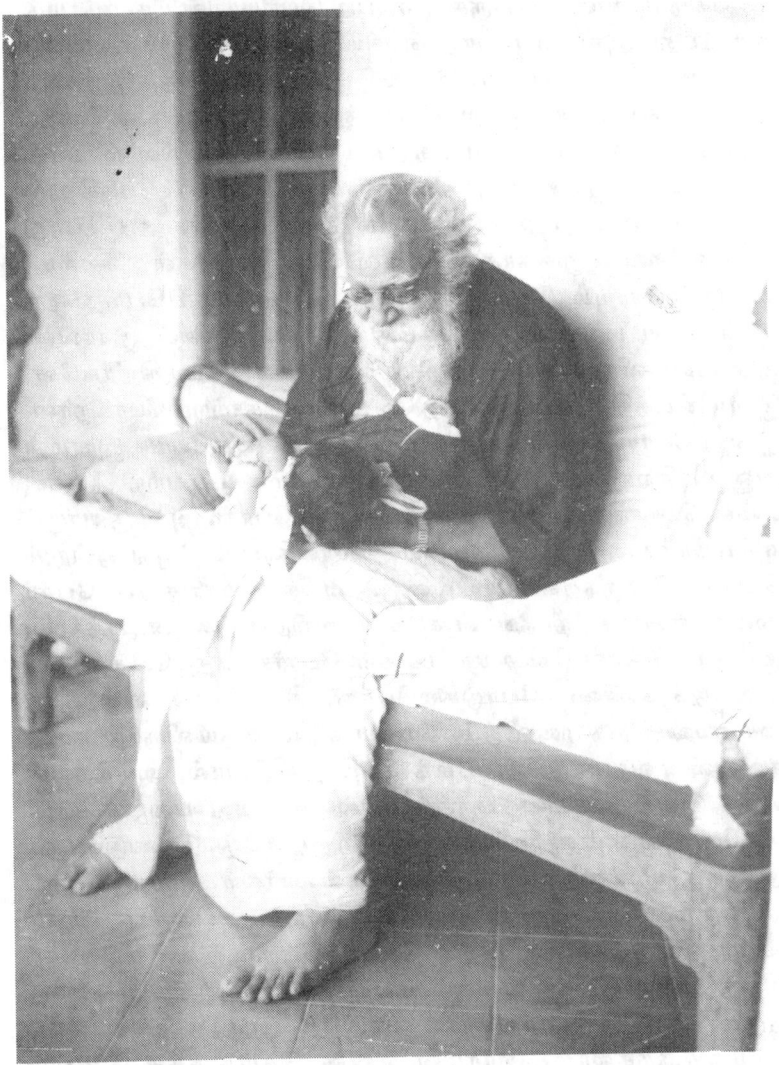

'பரவாயில்லையே, இரண்டு ரூபாய்க்கு இவ்வளவு பூந்தியா. அப்படியானால் இந்தக் கடையிலேயே இன்னும் ஒரு பத்துப் பன்னிரண்டு ரூபாய்க்கு பூந்தி வாங்கி வந்துவிடு' என்றவுடனே, இவர் திருப்பிச் சொல்லுகிறார், 'இல்லையில்லை அவர்

உங்களைப் பார்த்துவிட்டுக் கொடுத்தார். மறுபடியும் போய் நான் வாங்க முடியாது' என்கிறார்.

இப்படியெல்லாம், பல நிகழ்ச்சிகளைக் கொடுக்கிற முத்துநாராயணன், அவருக்கு எப்படி பெரியாரின் மீது ஈடுபாடு ஏற்பட்டது, அவர் எப்போது பெரியாரைச் சந்தித்தார் என்பதை எல்லாம் எழுதுகிறார். 1956 - 57 இல் திருச்சியில் இருக்கிற தேசியக் கல்லூரியிலே அவர் படித்துக் கொண்டிருந்தபோது, பெரியாரின் பேச்சைக் கேட்பதற்கு மாணவர்கள் எல்லாம் டவுன் ஹால் என்கிற இடத்துக்குப் போகிறார்கள். பெரியார் பேசுகிறார். இராமாயாணம் பற்றியெல்லாம் பேசுகிறார். அப்போது மாணவர்கள் குறுக்காகக் கேள்வி கேட்கிறார்கள். எல்லாக் கேள்விகளையும் பெரியார் அனுமதிப்பார். அப்போது ஒரு கேள்வியை மாணவர்கள் கேட்கிறார்கள். 'நீங்கள் இராவண னுடைய வீரத்தைப் பற்றி இவ்வளவு பேசுகிறீர்களே, இராமனிடத்தில் போர்க்களத்திலே அவன் தோற்றுப்போகிறான். இன்று போய் நாளை வா என்று பெருந்தன்மையோடு இராமன் அனுப்புகிறானே, இந்தப் பெருந்தன்மையைப் பற்றி நீங்கள் என்ன சொல்லுகிறீர்கள்' என்று கேட்கும்போது, அதற்கு யாரும் எதிர்பார்க்காத ஒரு விடையைச் சொல்கிறார். 'அது ஒன்றும் பெரிய பெருந்தன்மையில்லை. அந்தக் காலத்துப் போர் முறைகளைப் பற்றி நீங்கள் சரியாக அறிந்து கொண்டிருந்தால், இப்படிக் கேள்வி கேட்க மாட்டீர்கள். போர்க்களத்திலே கத்தியை வைத்துச் சண்டை போடுகிறபோது, சில நேரங்களில் கத்தி கையைவிட்டு நழுவிவிடும். பெரிய வீரன் கையிலிருந்து கூடத் தவறிவிழுவதுண்டு. அப்படிக் கத்தி தவறினால், அடுத்தவன் கத்தி இல்லாதவனைத் தாக்குவதில்லை. அது பழைய மரபு. உடனே அவனும் கத்தியைத் தூக்கி எறிந்துவிட்டு, இரண்டுபேரும் ஆளுக்கு ஒரு கம்பை எடுத்துக்கொள்வார்கள். கம்புச்சண்டை நடக்கும். அப்போது ஒருவனுடைய சிலம்பு கீழே விழுந்துவிடுமானால், பிறகு இரண்டுபேரும், 'வா மல்யுத்தத் திற்கு' என்று இறங்குவார்கள். மல்யுத்தம்தான் இறுதி முடிவைத் தரும். இங்கே இராவணன் கையிலே இருந்த வாள் கீழே விழுந்திருக்கலாம். இராமன் என்ன செய்திருக்க வேண்டு மென்றால், வா மல்யுத்தத்திற்கு என்று சொல்லி இருக்க வேண்டும். ஆனால் இராவணன் மிகப்பெரிய உருவமாக இருக்கிறான். தன்னால் அவனோடு மல்யுத்தம் செய்ய முடியாதோ

என்று கருதித்தான், பரவாயில்லை இன்று போய் நாளைக்குக் கத்தியை எடுத்துக்கொண்டு வா என்று சொல்லியிருக்கிறான். இதில் ஒன்றும் பெருந்தன்மை இல்லை' என்று பெரியார் சொன்ன புது விளக்கம் அந்த மாணவர்களுக்கு வியப்பாக இருந்திருக்கிறது. அது போல் இன்னொரு செய்தியையும் அவர் சொல்கிறார்.

ஒருமுறை பெரியாரும், ஜி.டி. நாயுடுவும் பேசிக்கொண்டிருக்கிறார்கள். ஜி.டி. நாயுடு கேட்கிறார் 'எதற்கய்யா சிலப்பதிகாரம், மணிமேகலை என்று இத்தனை காப்பியங்கள். ஒவ்வொரு இலக்கியத்திலேயும் சில நல்ல வரிகள் இருக்கின்றன. வேறுபல வரிகளையும் அவற்றோடு சேர்த்துச் சேர்த்துக் கொடுத்திருக்கிறார்கள். ஒவ்வொரு நூலிலே இருந்தும், நல்ல வரிகளை மட்டும் எடுத்துப்போட்டு, ஒரே ஒரு நூலாக ஆக்கிவிட்டால் என்ன, அது போதாதா ' என்று கேட்டிருக்கிறார். அதற்குப் பெரியார் சொன்ன அறிவார்ந்த விடை இப்போதும் நம்மைச் சிந்திக்க வைக்கிறது. பெரியார் நகைச்சுவையாகச் சொல்லியிருக்கிறார், ' நமக்கு உடல் நலமில்லை, உடலிலே பலம் வேண்டும் என்பதற்காக, மருத்துவர் இரும்புச் சத்து நிறைந்த டானிக்கை, அயர்ன் டானிக்கைக் கொடுக்கிறார். நீங்கள் சொல்வது எப்படி இருக்கிறது என்றால் உடம்புக்கு இரும்புச் சத்துதானே வேண்டும். டானிக் எதற்கு என்று, அயர்ன் டானிக்கை விட்டுவிட்டு, இரும்பாக மட்டுமே கொடுத்தால் போதும் என்று சொல்லுவதைப்போல இருக்கிறது' என்கிறார். இது மிகச் சரியான ஒரு பார்வை. ஒவ்வொரு நூலிலும் சில வரிகள்தான் அருமையாக இருக்கும். ஆனால் அழுத்தமாக இருக்கிற வரிகளை மட்டுமே, மேற்கோள்களாக இருக்கிற வரிகளை மட்டுமே, எடுத்து ஒரு நூலாக ஆக்கினால் அந்த நூல் சிறக்காது. என்றைக்கும் மேற்கோள்கள் மட்டுமே சிறந்த இலக்கியம் ஆகாது. அந்த மேற்கோளாகச் சொல்லப்படுகின்ற வரிகள் நூலுக்கு இடையில் புதைந்தும், மறைந்தும் வருகிற போதுதான் அதன் சிறப்பு வெளிப்படும் என்பதை மிக அறிவுப் பூர்வமாகப் பெரியார் சொல்லியிருக்கிறார்.

எனவே பெரியார் ஒரு தீவிரவாதி என்கிற இந்தப் புத்தகம், பெரியாரைப் பற்றிய பெரிய ஆராய்ச்சி நூல் இல்லை. பெரியாரை அறிந்துகொள்ள விரும்புகிற, தொடக்கநிலையிலே இருக்கிறவர்களுக்கு ஒரு நல்ல அறிமுக நூல் என்று சொல்லலாம்.

காயிதே மில்லத்

அவர் மிக எளிமையாக வாழ்ந்தவர். பல ஆண்டுகள் வாடகை வீட்டிலேதான் அவர் வாழ்ந்தார். அவருடைய பெயரில் வங்கிக் கணக்கே இல்லை. ஜமால் முகம்மது தோல் நிறுவனத் தொழிற் சாலையிலே ஒரு சாதாரணப் பணியிலே வேலைக்குச் சேர்ந்து, உழைத்து உழைத்து, கொஞ்சம் கொஞ்சமாக முன்னேறி, பிறகு பெரிய நிறுவனங்களை நடத்துகிற அளவுக்கு வளர்ந்தார்.

உலகத்தமிழ்ச் செம்மொழி மாநாடு நடைபெற்றிருக்கும் இத்தருணத்தில் கண்ணியம் மிகுந்த காயிதே மில்லத் அவர்களை நாம் நினைவுகூர்வது மிகப்பொருத்தமாக இருக்கும். செம்மொழி மாநாட்டிற்கும் காயிதே மில்லத்திற்கும் என்ன தொடர்பு என்று அவரைப் பற்றி அறியாத இளம் தலைமுறையினர் கேட்கக் கூடும். தமிழ் இன்றைக்கு மத்திய அரசின் ஆட்சிமொழிகளிலே ஒன்றாக இருக்கவேண்டும் என்கிற கோரிக்கையை ஆளும் கட்சியே எழுப்பி வருகிறது. ஆனால் 60 ஆண்டுகளுக்கு முன்பு அந்தக் கோரிக்கையை எழுப்பியவர் காயிதே மில்லத் அவர்கள்தான்.

அரசியல் நிர்ணய சபைக் கூட்டத்தின்போது 1950 இல் அந்தக் கோரிக்கையைக் காயிதே மில்லத்தான் முதன் முதலாக எழுப்பினார். இந்தியாவிலேயே ஆட்சிமொழியாக இருக்கக்

கூடிய தகுதி தமிழ்மொழிக்கு மட்டுமே இருக்கிறது என்று அழுத்தந்திருத்தமாகச் சொன்னவர் காயிதே மில்லத். தந்தை பெரியார் அவர்களால், அறிஞர் அண்ணா அவர்களால், இன்றைய நம் முதலமைச்சர் கலைஞர் அவர்களால் மிகவும் மதிக்கப்பட்ட தலைவர் அவர். ஓர் உண்மையை வெளிப்படையாகச் சொல்லவேண்டுமானால், அவர் செய்திருக்கிற பணிகள், அவர் சமூகத்திற்கும் தமிழுக்கும் ஆற்றியிருக்கிற தொண்டுகள் குறித்து இன்னும் போதுமான அளவிற்கு நூல்களும் செய்திகளும் வெளிவரவில்லை என்று நாம் ஒப்புக்கொள்ளத்தான் வேண்டும்.

ஓர் இசுலாமிய சமூகத்திலே பிறந்து, 1937 இல் முஸ்லிம் லீக் கட்சியிலே தன்னை இணைத்துக்கொண்டு அந்தக் கட்சிக்காகவும், இசுலாமிய சமூகத்திற்காகவும் பாடுபட்டாலும், அந்த வட்டத்திற்குள் மட்டும் அவர் அடங்கியவரில்லை. வெறும் கட்சிப்பணிகளுக்குள் மட்டும் தன்னைச் சுருக்கிக்கொண்டவரில்லை. ஒட்டுமொத்தத் தமிழ்ச்சமூகத்திற்கும், மானுட சமூகத்திற்கும் அவர் பணியாற்றியிருக்கிறார். பொதுச்சிந்தனை உள்ளவராக அவர் இருந்திருக்கிறார். அதனாலேதான் அவரை 1968 ஆவது ஆண்டு, இரண்டாவது உலகத்தமிழ் மாநாடு நடைபெற்ற வேளையிலே தமிழ்க்கருத்தரங்கத்திற்குத் தலைமை ஏற்குமாறு அறிஞர் அண்ணா அவரைக் கேட்டுக்கொண்டார். எனவே இந்த மாநாடு நடைபெற்றிருக்கிற இந்த நேரத்தில் அவரை எண்ணிப் பார்ப்பது இரண்டு விதத்தில் மிகப்பொருத்தமானது. ஒன்று, இந்தியாவினுடைய ஆட்சி மொழியாகவே தமிழ் இருக்க வேண்டும் என்று சொன்ன மாமனிதர் அவர். அதற்கு இப்போது மணிவிழா என்று சொல்லலாம். 60 ஆண்டுகள் ஆயிற்று. இரண்டாவதாக, அவர் சமயத்திலும் தமிழை மிக அழுத்தமாக வலியுறுத்தியவர். புனிதமான நூல் என்று இசுலாமிய மக்கள் கருதுகிற திருக்குரான் இன்றைக்குத் தமிழிலே வெளிவந்திருக்கிறது. ஆனால் தமிழிலே வெளிக்கொண்டு வரவேண்டும் என்கிற எண்ணம் 60 ஆண்டுகளுக்கு முன்னாலே வேறு யாருக்கும் வந்திருக்க முடியாது. அன்றைக்கு அந்தச் சிந்தனை என்பதே ஏற்றுக்கொள்ளத்தக்கதாக இல்லை என்பதை நாம் அறிவோம். ஆனால் காயிதே மில்லத் அவர்கள் தம்முடைய காலத்திலேயே

திருக்குரானைத் தமிழில் கொண்டுவரவேண்டும் என்று சொன்னவர். அப்படித் தமிழுக்காக, தமிழ் உணர்வோடு பல்வேறு நேரங்களில், பல்வேறு தளங்களில் குரல் எழுப்பிய காயிதே மில்லத் அவர்களை நினைவுகூர்வதைக் காட்டிலும் இந்த நேரத்திலே பொருத்தமான இன்னொன்று இருக்க முடியாது.

வெறும் தமிழோடுதான் அவர் நின்றுகொண்டார் என்று கருதிவிடக் கூடாது. சமூக அக்கறை உடையவராக அவர் இருந்தார். இசுலாமியப் பெண்கள் கல்விகற்க வேண்டும் என்பதிலே அவர் உறுதியாக இருந்தார். கல்வி கற்காத பெண்கள் ஒருநாளும் மேலே வரமுடியாது. கல்விதான் மனிதர்களை ஆக்கும். புரட்சிக் கவிஞர் பாரதிதாசன் 'கல்வி இல்லாத பெண்கள் களர்நிலம். அந்நிலத்தில் புல் விளைந்திடலாம். நல்ல புதல்வர்கள் விளைவதில்லை' என்பார். எனவே பெண்கள் கல்விகற்க

வேண்டும் என்பதிலே காயிதே மில்லத் அவர்கள் உறுதியாக இருந்தார். அதற்கு முன்மாதிரியாகத் தன் பேத்தியை மருத்துவக் கல்லூரியிலே சேர்த்துப் படிக்கவும் வைத்தார். எப்போதும் மற்றவர்களுக்குச் சொல்லுவது என்பது எளிது, அதைத் தன் குடும்பத்திலேயே செய்துகாட்டுவது அரிது. அதற்காகத்தான் அவர் தன்னுடைய பேத்தியையே மருத்துவக் கல்லூரியிலே சேர்த்துப் படிக்க வைத்தார்.

பெண்கள் வரதட்சணையினாலே கொடுமைப் படுத்தப் படுகிறார்கள் என்கிற கோபம் அவருக்கு இருந்தது. ஆகையினாலே அவர் ஒரு திடமான முடிவு எடுத்தார். வரதட்சணை வாங்கி நடத்தப்படுகிற எந்தத் திருமணத்திலேயும் தான் கலந்துகொள்வதில்லை என்கிற முடிவெடுத்தார். அந்த முடிவில் கடைசி வரைக்கும் அவர் உறுதியாகவும் இருந்தார். அவருடைய நெருங்கிய உறவினர் வீட்டுத் திருமணங்களில்கூட, அது வரதட்சணை வாங்கி நடத்துகின்ற திருமணமாக இருந்தால் கலந்துகொள்வதில்லை என்று உறுதியான முடிவை எடுத்திருந்தார். ஒரு கட்சியினுடைய தலைவராக இருக்கிறவர் அப்படியெல்லாம் முடிவெடுப்பது மிகக் கடினம் என்பதை நாம் அறிவோம். ஏனென்றால் தனிப்பட்ட ஒரு மனிதர் பிடிவாதமாக இருக்கலாம். ஆனால் மக்களை அணைத்துச் செல்லவேண்டிய கட்சியின் தலைவராக இருக்கிறவர், நெகிழ்ந்து போகவேண்டிய சமசரம், செய்துகொள்ளவேண்டிய கட்டாயம் நேரும். ஆனால் அப்படிச் சமரசம் அற்று மிக உறுதியாக அவர் வாழ்ந்தார்.

அவர் மிக எளிமையாக வாழ்ந்தவர். பல ஆண்டுகள் வாடகை வீட்டிலேதான் அவர் வாழ்ந்தார். அவருடைய பெயரில் வங்கிக் கணக்கே இல்லை. ஜமால் முகம்மது தோல் நிறுவனத் தொழிற்சாலையிலே ஒரு சாதாரணப் பணியிலே வேலைக்குச் சேர்ந்து, உழைத்து உழைத்து, கொஞ்சம் கொஞ்சமாக முன்னேறி, பிறகு பெரிய நிறுவனங்களை நடத்துகிற அளவுக்கு வளர்ந்தார். காந்தியார் அவர்கள் வெள்ளையன் தந்த படிப்பை விட்டுவிட்டு வெளியே வாருங்கள் என்று அழைத்த நேரத்தில், தன்னுடைய படிப்பை உதறிவிட்டு நாட்டிற்காக வெளியிலே வந்தார் காயிதே மில்லத். அன்றைக்குப் படிப்பை உதறிவிட்டு வெளிவந்த அவர்தான் பின்னாளில் பல கல்லூரிகளையே நடத்தினார்

என்பதை நாம் பார்க்கிறோம். அவர் ஓர் இசுலாமியராகப் பிறந்திருந்தாலும்கூட தன்னுடைய படிப்பு முழுவதையும் கிறித்தவக் கல்லூரிகளிலேதான் தொடர்ந்தார் என்பது ஒரு செய்தியாக இருக்கிறது. அது ஒரு தற்செயல் நிகழ்வாகக் கூட இருக்கலாம். ஆனால் தொடர்ச்சியாக அவர் படிப்பு முழுவதும் கிறித்தவக் கல்லூரிகளிலேதான் இருந்தது என்பதை நாம் குறித்துக்கொள்ள வேண்டியிருக்கிறது. அதனால் குரானிலே மட்டுமின்றி பைபிளிலும் மிகத் தேர்ச்சி உடையவராக அவர் இருந்தார்.

இப்படிப் பன்முக ஆற்றல் உடையவராக, பல்வேறுவிதமான சமூகப் பார்வை உடையவராக இருந்த காயிதே மில்லத், அன்றைக்கு அவரோடு வாழ்ந்த தலைவர்களான பெரியார், அண்ணா, காமராஜர் ஆகியோரோடு மிக நெருக்கமான உறவு கொண்டிருந்தார். அண்ணாவோடு அவர் கூட்டணியிலே இருந்தாலும், காமராஜ் அவர்களாலும் மதிக்கப்படுகிற தலைவராக காயிதே மில்லத் இருந்தார். கருத்து வேறுபாடுகள் இருக்கலாம். எனினும் தனிமனித ஒழுக்கத்தில், நேர்மையில் மதிக்கத்தக்கவர் என்கிற எண்ணம் அவர் குறித்து எல்லோருக்கும் இருந்தது. அதானாலேதான் காயிதே மில்லத் 1972 ஏப்ரல் மாதத்திலே இறந்துபோனபோது அவருடைய இறுதிநிகழ்வுக்குச் சக்கர நாற்காலியிலே அங்கு வந்த 93 வயதான தந்தை பெரியார், 'என் தம்பியை நான் இழந்து விட்டேனே' என்று சொல்லி அழுத காட்சியை நாம் அன்றைக்குச் செய்தித்தாள்களிலே படித்தோம். தன் சொந்தத் தம்பியைப்போல காயிதே மில்லத் அவர்களிடத்திலே பெரியார் அன்பு காட்டினார். அறிஞர் அண்ணா அவர்கள் காயிதே மில்லத் பற்றிப் பேசியிருக்கிற வரிகள் மிகக் குறிப்பிடத்தக்கவை.

தமிழ்ச்சமூகம் அவரை நினைவில் வைத்துக்கொள்ள வேண்டும். காயிதே மில்லத்தைப் போற்றவேண்டும். அவர் ஒரு மதத்திற்குரியவர் அல்லர், மானுடத்திற்கே உரியவர். குறிப்பாகத் தமிழ்ச்சமூகத்திற்கு உரியவர். 60 ஆண்டுகளுக்கு முன்பாகவே இந்தியாவின் ஆட்சிமொழியாக தமிழ்தான் இருக்கவேண்டும் என்று பேசிய கண்ணியமிக்கவர்தான் காயிதே மில்லத்.

சாதி என்னும் நஞ்சு

நான் உங்க பண்ணக் காட்டிலே வேலை செய்த ராமாயி. 10 வருசமா உங்க சாப்பாட்டுல இந்த உடம்ப வளத்துட்டேன் என்கிறாள். அந்தப் பண்ணை இவள் உழைப்பால் வளர்ந்தது என்பது அவளுக்குத் தெரியவில்லை.

மனித உறவுகள் எப்படி இருக்கின்றன, அதற்கு என்ன காரணம், அவை எப்படியிருக்க வேண்டும் என்பதையெல்லாம் ஒரு சிறுகதை மிக அழகாகச் சொல்கிறது. அந்தக் கதையினுடைய பெயர் மேடு என்பது. அந்த நூலிலே இருக்கிற எல்லாக் கதைகளும் கொங்குப் பகுதியைச் சேர்ந்த எழுத் தாளர்களால் எழுதப்பட்டவை. அவற்றைத் தொகுத்த ஆசிரியர் பெருமாள் முருகன், உள்ளே அவருடைய கதையையும் சேர்த்திருக்கிறார். அந்தக் கதையினுடைய பெயர்தான் மேடு.

பள்ளத்திலிருந்து மேட்டுப்பகுதியை நோக்கி மிதி வண்டியைத் தள்ளிக்கொண்டு ஒரு பெண்ணும், அவளுக்கு உதவியாய் இன்னொரு பெண்ணும், அந்த மிதி வண்டியிலே உட்கார்ந்து கொண்டு இரண்டு குழந்தைகளுமாக நடந்துபோகிற நேரத்தில், அவர்களுக்குள் நடக்கிற உரையாடல் தான் கதை. அந்தச் சிறுகதைக்கு முன்னும் பின்னும் பிற செய்திகள் எதுவும் இல்லை.

ராமாயி என்கிற அருந்ததிய வகுப்பைச் சார்ந்த உழைக்கிற பெண் ஒருத்தி, வெயில் தாளாமல் ஒரு மரத்தடியிலே படுத்திருக்கிறாள். மிகக்கடுமையான வெயில், களைபறித்து... நாற்று நட்டு வேலை

செய்து வியர்வை சொட்டச் சொட்டப் பாடுபட்டதற்குப் பிறகு ஏற்பட்ட களைப்பினால், தன்னை அறியாமல் உறங்கிப் போகிற பெண். அடடா நேரம் ஆகி விட்டதே என்று எழுகிறாள்.

அப்போது தூரத்திலே ஒரு பெண் மிதிவண்டியைத் தள்ளிக்கொண்டு வருகிறாள். அந்த வண்டியிலே பின்னாலே இரண்டு குழந்தைகள் ஒன்றையொன்று பற்றிக்கொண்டு அமர்ந்திருக்கிறார்கள். இந்த நேரத்திலே, இந்த இடத்திலே யார் இது என்று ராமாயி பார்க்கிறாள். பிறகு யாராக இருந்தால் என்ன? யாரோ ஒரு பெண் சைக்கிளைத் தள்ளிக்கொண்டு வருகிறது. இந்த மேட்டில் ஏற வேண்டும். நமக்கும் பேச்சுத்துணையாக ஆகும். அந்தப் பெண்ணுக்கும் உதவி செய்ததாக ஆகும் என்று எண்ணி அந்தப் பெண்ணை நோக்கி நடக்கிறாள். இவளே உழைத்துக் களைத்துப்போயிருக்கிற ஒரு பெண். ஆனாலும்கூட மேட்டில் மிதி வண்டியைத் தள்ளிப்போகிற இன்னொரு பெண்ணுக்கு உதவியாக இருக்கலாமே என்று தோன்றுகிறது.

அந்தப் பெண் யார் என்று தெரியவில்லை. தலைசீவிப் புதிதாக ஆடை அணிந்து, பார்த்தால் யாராவது வெளியூராக இருக்கும் என்று தோன்றுகிறது. பக்கத்திலே போய் அந்தப் பெண்ணைப் பார்த்த உடனே முகமெல்லாம் மலர்ந்து, 'சின்னக் காட்டுப் பெரிய பண்ணையார் மகள்தானே நீ !' என்று கேட்க, அவள் ' ஆமா ' என்கிறாள்... அதற்கு மேல் வேறொன்றும் சொல்லவில்லை. 'அடடே, என்னைத் தெரியவில்லையா உனக்கு, நான் உங்க பண்ணக் காட்டிலே வேலை செய்த ராமாயி. 10 வருசமா உங்க சாப்பாட்டுல இந்த உடம்ப வளத்துட்டேன்' என்கிறாள். அந்தப் பண்ணை இவள் உழைப்பால் வளர்ந்தது என்பது அவளுக்குத் தெரியவில்லை.

அந்தப் பெண் மேல்ஜாதி என்று நினைத்துக் கொண்டிருக்கிற ஒரு குடும்பத்திலே பிறந்தவள். இவளோ உழைக்கிற வர்க்கத்திலே தலித் குடும்பத்திலே பிறந்திருக்கிற பெண். இதுதான் இவர்கள் இரண்டு பேருக்கும் இடையிலே இருக்கிற வேறுபாடு. 'பின்னாலே இருக்கிற பிள்ளைகள் இரண்டு பேரும் உன் பிள்ளைகளா' என்று கேட்கிறபோது அவள் 'உம்' என்று சொல்கிறாள். ராமாயிக்கு அவ்வளவு மகிழ்ச்சியாக இருக்கிறது. சின்னக்குழந்தையாக இருந்தபோது தான் தூக்கி வளர்த்த பெண்ணுக்கு இப்போது இரண்டு பிள்ளைகள் பிறந்திருக்கிறார்கள். 'அடடே இவ்வளவு பெரிய பொம்பளையா வளர்ந்து விட்டாயா' என்று தன்னுடைய சொந்த மகளையும் பேரன் பேத்தியையும் பார்த்த ஒரு

மகிழ்ச்சியோடும் வாஞ்சையோடும் ராமாயி பேசுகிறாள். இரண்டு குழந்தைகளிலே ஒரு குழந்தைக்கு மொட்டை அடித்திருக்கிறது. உடனே அந்த மொட்டைத் தலையை வருடிக் கொடுக்கிறாள்.

மேட்டுப்பகுதி வந்து விடுகிறது. மேட்டுப்பகுதி வருகிறபோது அந்த மிதி வண்டியைக் கொஞ்சம் அழுத்தித் துன்பப்பட்டு அந்தப் பெண் மேலே தள்ளுகிறபோது, 'மேடு கஸ்டம்தாம்மா, அதனால் தான் நான் ஓடி வந்தேன். தள்ளு... நானும் பின்னாலே இருந்து கொஞ்சம் தள்ளி விடுகிறேன்' என்று பின்னாலே இருந்து அந்த மிதி வண்டியைத் தள்ளி விடுகிறாள். தள்ளுகிறபோதும் ராமாயியால் பேசாமல் அதைச் செய்ய முடியவில்லை. பேசிக் கொண்டே இருக்கிறாள். 'ஏம்மா இவ்வளவு வெயில் அடிக்கிறது, மொட்டை அடித்திருக்கும் பிள்ளைக்கு ஒரு குல்லாய் வைக்கக் கூடாதா' என்று கேட்கிறாள். அவள் பதில் சொல்லவில்லை. ஆனாலும் ராமாயிக்குப் பொறுக்கவில்லை. மொட்டையடித்த தலையிலே இப்படி வியர்த்துக் கொட்டுகிறதே என்று தன்னுடைய முந்தானையை எடுத்து அந்தப் பிள்ளைக்கு ஒரு தலைப்பாகையாய்க் கட்டி விடுகிறாள். அதைப் பார்த்த உடனேயே அந்தப் பெண் சட்டென்று திரும்பி மொட்டைத் தலையின் மேலே போட்டிருக்கிற ராமாயியினுடைய முந்தானையைக் கீழே தள்ளிவிட்டுத் தன் கைக்குட்டையை எடுத்துக் கட்டி விடுகிறாள். அதற்கும் ராமாயி கோபப்படவில்லை. 'கைக்குட்டையை முதலிலேயே

கட்டியிருக்கலாமே, பாவம் பிள்ளைக்குச் சூடு உரைக்கிறது' என்று சொல்கிறாள்.

மறுபடியும் பேசிக்கொண்டே போகிறபோது ராமாயி கேட்கிறாள். 'பெரிய பண்ணையார் இப்போது எப்படி இருக்கிறார்? அப்பவே அவருக்கு கொஞ்சம் உடம்பு சரியாக இல்லையே?'. 'இருக்கிறார்...' அந்தப் பெண்ணினுடைய பதில் அவ்வளவுதான். மறுபடியும் கேட்கிறாள், 'அந்த பெரியம்மா எப்பப் பார்த்தாலும் கால்வலி கால்வலி என்று இருப்பாங்களே, இப்போது எப்படி இருக்கிறது' என்று கேட்கிறாள். 'பரவாயில்லை', என்பது அவளுடைய பதில்.

மறுபடியும் இரண்டு பேரும் அந்த மிதிவண்டியைத் தள்ளிக் கொண்டிருக்கிறார்கள். இரண்டு பிள்ளைகளும் சிரித்துக்கொண்டே அந்தப் பெரியம்மாவை, ராமாயியைப் பார்த்துக் கொண்டே அந்த மிதி வண்டியிலே அமர்ந்து கொண்டிருக்கிறார்கள். ஏறத்தாழ அந்த மேட்டினுடைய பாதித் தூரத்திற்கு வந்திருக்கிறார்கள். ராமாயி தொடர்ந்து பேசுகிறாள். 'இப்போது யார் பண்ணையைப் பார்த்துக் கொள்கிறார்? சின்னப் பண்ணையாரா?' என்று கேட்கிறாள். ம் என்று அவள் பதில் சொல்கிறாள். 'ஆமா நான் கேட்கவே மறந்துவிட்டேன் உங்க பெயர் என்னம்மா? ரொம்ப நாளாச்சு மறந்து போயிட்டேன்' என்கிறபோது, 'ரம்யா!' என்கிறாள். 'ஆமா, ரம்யா நான் மறந்தே போயிட்டேன். முகம் மட்டும் எனக்கு ஞாபகம் இருக்கு. பெயர் மறந்து விட்டேன். உன் பொண்ணு பெயர் என்ன?' 'சுகன்யா'. 'சுகன்யாவா? நல்ல பெயர், உன் பெயர் மாதிரியே வைத்திருக்கிறாய்' என்று சொல்கிறாள்.

இவள் பேசிக் கொண்டே இருப்பதும், வாஞ்சையோடும், பாசத்தோடும், அந்தக் குடும்பத்தில் இருப்பவர்களைப்பற்றி ஒவ்வொருவராய் விசாரிப்பதும், அவள் எதற்குமே பதில் சொல்லாமல் ஒரு வார்த்தையும், இரண்டு வார்த்தையும் சொல்வதுமாக அந்தப் பயணம் தொடர்கிறது. இரண்டு பேருக்கும் இடையிலே உரையாடுகிற கதைதான் அந்தக் கதை.

இப்போது அந்த மிதி வண்டியைத் தள்ளிக் கொண்டிருக்கிற பெண் முதல் முறையாக ராமாயியைப் பார்த்து ஒரு கேள்வி கேட்கிறாள். இதுவரையில் ராமாயி கேட்ட கேள்விகளுக்கு அரை மனத்தோடும், ஆம் என்றும் இல்லை என்றும் ஒற்றைச் சொல்லிலும் விடை சொல்லிக் கொண்டிருந்தவள், முதல் முறையாக ஒன்றைக் கேட்கிறாள். 'பண்ணைக்கு வேலை செய்ய ஆள் கிடைக்குமா' என்று கேட்கிறாள். 'என்ன ஆள் வேண்டும் சித்தாளா? பெரியாளா?'

என்று ராமாயி கேட்க... ' ஒரு சித்தாள்தான் வேண்டும் '. ' எங்கம்மா கிடைக்குது சித்தாள். இப்பல்லாம் அதது நாட்டு நடப்பு என்று போகிறது ஆள் கிடைப்பதில்லை ' என்கிறாள் ராமாயி. இது ஒன்றுதான் அந்தப் பெண் இவளைப் பார்த்துக் கேட்டது. அதுவும் அவளுக்கு வேலைக்கு ஆள் தேவை என்பதற்காக. வேறு எந்த உரையாடலிலும் பங்கெடுக்கவில்லை. அந்த மேட்டுப்பகுதியின் உச்சிக்கு வருகிறபோது இன்னும் கொஞ்சம் தூரம்தான் கஷ்டப்படாதே நான் தள்ளுகிறேன் என்று அந்தப் பெண்ணுக்குக் கை வலிக்கக்கூடாதே என்று ராமாயி கவலைப்படுகிறாள். மெல்ல மேட்டுப்பகுதிக்குப் போய்ச் சேர்ந்ததற்குப் பிறகு, திரும்பிக்கூடப் பார்க்காமல் அந்த மிதி வண்டியைக் கொஞ்சம் சாய்த்து காலை அந்தப் பக்கத்திலே போட்டு இருக்கையிலே ஏறி அமர்ந்த ரம்யா, ஒன்றும் சொல்லாமல் அந்த மிதி வண்டியை ஓட்டிக் கொண்டே போகிறாள். அப்போதும் ராமாயி இங்கிருந்து சொல்கிறாள், 'பார்த்து மெதுவா போ கண்ணு, பிள்ளைகள் எல்லாம் பின்னாலே இருக்கு மெதுவாப் போ!'. திரும்பி அவள் எதுவும் சொல்லவில்லை... போய் வருகிறேன் என்றுகூடச் சொல்லவில்லை... அவள் போய்க்கொண்டே இருக்கிறாள்.

ராமாயி தொடக்கத்திலே இருந்து அவள் குடும்பத்திலே இருக்கிற ஒவ்வொருவர் பற்றியும் நலம் விசாரிக்கிறாள். ஆனால் அந்தப் பெண் ராமாயியைப் பார்த்து எந்தவிதமான நலன் விசாரணையும் செய்யவில்லை. எந்தக் கேள்வியும் இல்லை. வேலைக்கு ஆள் கிடைக்குமா என்று கேட்ட கேள்வியைத் தவிர, மற்றவையெல்லாம், இவள் கேட்டதற்கு ஒற்றைச் சொல்லிலும், ஒற்றை வரியிலும் விடை சொன்னதுதான். பிறகு அந்த மேட்டுப் பகுதிக்கு வந்ததற்குப் பிறகு, இந்த வெயிலிலும் சிரமப்பட்டுப் பின்னாலே இருந்து தள்ளிக்கொண்டு வந்தாளே என்கிற அந்த அன்புப் பரிமாற்றம்கூட இல்லை. மேட்டுப்பகுதிக்கு வந்த உடனே அந்த மிதிவண்டி போய்க்கொண்டே இருக்கிறது. ராமாயிக்கு அப்பவும் இப்படிப் போகிறாளே என்று தோன்றவில்லை. பார்த்துப் போம்மா பிள்ளைகள் பின்னாடி இருக்கு என்று மட்டும் சொல்லத் தோன்றுகிறது இந்த ஏழைப் பெண்ணுக்கு. அவ்வளவுதான் இந்தக் கதை. இது இரண்டு பேருக்கு இடையே நிகழ்ந்த உரையாடல் மட்டுமன்று, இரண்டு பேருக்கும் இடையே உள்ள சமூக உறவையும் காட்டுகிற நிகழ்ச்சி.

இரண்டு பேருக்கும் இடையிலே எது நிற்கிறது என்றால் மிகப்பெரிய சுவராக அந்தச் சாதிதான் நிற்கிறது என்பதை அந்தக் கதை ஆசிரியர் எந்த இடத்திலேயும் சொல்லவில்லை. ஆனால் படிக்கிற ஒவ்வொருவருக்கும் புரிகிறது, சாதி என்பது எவ்வளவு கொடிய நஞ்சு என்பது.

கலித்தொகையில் ஒரு காட்சி

'மாங்காய் இருக்கிறதே அதை வத்த லாக ஆக்கி, மாவத்தலை எங்கள் அரிசித் தண்ணியிலே போட்டு அதைப் புளிப்பான மோராக ஆக்கிக் கொள்வதென நாங்கள் முடிவெடுத்து விட்டோம். எனவே நீ இந்த ஊருக்கே வராதே'

எட்டுத் தொகை, பத்துப்பாட்டு ஆகிய பதினெட்டு நூல்களையும் நாம் சங்க இலக்கியங்கள் என்று குறிப்பிடுகிறோம். எட்டுத் தொகையிலே எட்டு நூல்கள் உண்டு. ஐந்து நூல்கள் அகம் சார்ந்தவை, இரண்டு நூல்கள் புறம் சார்ந்தவை. பரிபாடல் அகம், புறம் கலந்தது. இவை நம்முடைய தமிழ்ப் புலவர்களின் பகுப்பு முறை.

அகத்திணைப் பாடல்களாக இருக்கின்ற, குறுந்தொகை, நற்றிணை, அகநானூறு, ஐங்குறுநூறு இவற்றுக்கும், இன்னொரு நூலான கலித்தொகைக்கும் ஒரு வேறுபாடு உண்டு. முதலில் குறிப்பிட்ட நூல்களில் எல்லாம் அன்பின் ஐந்திணைப் பாடல்கள் மட்டும்தான் அமைந்திருக்கும். குறிஞ்சி, முல்லை, மருதம், நெய்தல், பாலை என்று இரண்டு பேரும் ஒருவரை ஒருவர் விரும்புகிற பாடல்களுக்குத்தான் அங்கே இடமுண்டே தவிர, கைக்கிளைக்கும், பெருந் திணைக்கும், அதாவது ஒரு தலைக் காதலுக்கும், பொருந்தாத காதலுக்கும் அந்த இலக்கியங் களிலே இடம் இல்லை.

அகநானூற்றை, குறுந்தொகையை, நற்றிணையைத் தொகுத்தவர்கள் மன்னர்களாக இருந்திருக்கிறார்கள். அவர்களினுடைய காலத்தில் தொகுக்கப்பட்டிருக்கிற காரணத்தினால், வெறும் அன்பின் ஐந்திணைக்கு மட்டுமே அவர்கள் இடம் கொடுத்திருக்கக் கூடும். ஆனால் இயல்பாக ஒருதலைக் காதல் என்பதும், பொருந்தாக் காதல் என்பதும் சமூகத்தில் உள்ளவைகள்தான். ஒருதலைக் காதல் இல்லாத காலம் என்றைக்கும் இருந்ததில்லை. அதைப் பற்றிய செய்திகளைக் கலித்தொகையில் மட்டும்தான் நம்மாலே காண முடிகிறது. அதற்கு ஒரு காரணத்தை ஆய்வாளர்கள் குறிப்பிடுவார்கள். கலித்தொகையும், பரிபாடலும் காலத்தினால் பிந்திய இலக்கியங்கள் என்பதால், அவற்றில் அந்தக் கூறுகள் இடம் பெற்றிருக்கலாம் என்று குறிப்பிடுகிறார்கள்.

ஈழத்து அறிஞர் சிவத்தம்பி அதுபற்றிக் கருத்துச் சொல்லுகிற போது ஒரு இடத்திலே குறிப்பிடுகிறார், 'கலித்தொகை காலத்தால் பிந்திய இலக்கியமாக இருக்கலாம். ஆனால் கலித்தொகையிலேதான் மக்களின் மரபு சார்ந்த பண்பாடுகள் இருக்கின்றன. இயல்பான மக்களின் வாழ்வியல் பதிவுகள் அங்கேதான் இருக்கின்றன' என்று அவர் குறிப்பிடுவார். அது உண்மைதான். கலித்தொகையின் சில பாடல்களைப் படித்துப் பார்க்கிறபோது, அந்தப் பாடல்கள் எவ்வளவு இயல்பாக அன்றைக்கு இருந்த மக்களின் வாழ்க்கையைப் படம் பிடித்துக் காட்டுகின்றன என்பதை நாம்மால் அறிய முடிகிறது.

எடுத்துக்காட்டாக, முல்லைக்கலியிலே இருக்கிற ஒரு பாடலை நாம் பார்க்கலாம். முல்லைக்கலியிலே மொத்தம் 17 பாடல்கள் இருக்கின்றன. மொத்த கலித்தொகையையும் ஒரு புலவர்தான் பாடி இருக்கிறார் என்று கூறுவோர் உண்டு. ஆனாலும் மிகப்பெரும்பான்மையாகக் குறிஞ்சிக்கலியை எழுதியவர் கபிலர், நெய்தல் கலியை எழுதியவர் நல்லந்துவனார், பாலை பாடியவர் பெருங்கடுங்கோ, மருதத்தைத் தந்தவர் இளநாகனார் என்று ஒவ்வொரு திணையையும் ஒவ்வொரு புலவர் பாடியிருக்கிறார் என்று கூறுவதன் அடிப்படையில், முல்லைக்கலியிலே இருக்கிற 17 பாடல்களையும் சோழன்

நல்லுருத்திரன்தான் பாடியிருக்கிறார் என்கிற கருத்துதான் பெரும்பான்மையாக ஏற்கப்பட்ட கருத்தாக இருக்கிறது.

அவருடைய பெயரே வித்தியாசமாக இருக்கிறது. உருத்திரன் என்பது ருத்ரன் என்பதிலே இருந்து வருகிறது. ருத்திரன் என்பது சிவனைக் குறிக்கும். அதுவும் சிவன் மிகவும் கோபமாக இருக்கும் போது சொல்லப்படுகின்ற ரௌத்ரன் என்பதுதான் ருத்ரன். அது கோபக்கார சிவனைக் குறிப்பது என்பதினாலே இவருடைய பெயர் நல்லுருத்திரன் என்று இருக்கிறது. சோழன் குடியைச் சேர்ந்த நல்லுருத்திரன் எழுதிய அந்த 17 பாடல்களில் ஒன்பதாவது பாடல் இருக்கிறதே அது ஒரு வித்தியாசமான பாட்டாக இருக்கிறது.

அன்றைக்கு ஆண்களின் மனநிலை என்னவாக இருந்தது, அவர்களுடைய மனைவிமார்களின் மனநிலை என்னவாக இருந்திருக்கிறது என்பதை அந்தச் சங்க இலக்கியப் பாட்டு நமக்கு எடுத்துக்காட்டுகிறது.

அந்த ஊருக்கு மோர் விற்பதற்காக ஒரு பெண் வருகிறாள். அந்தப் பெண் எடுப்பான நடையோடு இருக்கிறாள். ஒரு கையிலே கூடையைப் பிடித்துக் கொண்டிருக்கிறாள், இன்னொரு கையை வீசி வீசி நடக்கிறாள். அவளுடைய நடை மதர்த்த நடையாக இருக்கிறது. எந்தப் பெண்ணையும்விட அழகான வளாக இருக்கிறாள். எனவே எந்த ஆணையும் ஈர்க்கக் கூடியவளாக இருக்கிறாள். இதை எல்லாம் பார்த்து அந்த ஊரிலே இருக்கிற ஆண்கள் மகிழ்ச்சி அடைகிறார்கள், பெண்கள் அச்சம் அடைகிறார்கள் என்று அந்தப் பாட்டு சொல்கிறது.

அவள் வருகிற போது என்ன நடக்கிறது என்றால், பேரூரும், சிற்றூரும் கவ்வை எடுப்பதுபோல் மோரோடு வந்தாள் என்று கலித்தொகை சொல்கிறது. இந்த மோரோடு வந்தாள் என்பது நடைமுறை வழக்கில் நாம் பேசுகிற சொல்லாடலைப் போல் இருக்கிறது. அதுவும் பேரூரும், சிற்றூரும் கவ்வை எடுப்பதுபோல் - கவ்வை என்றால் ஆரவாரம் - பெரிய ஊராக இருந்தாலும் சரி, சின்ன ஊராக இருந்தாலும் சரி அந்தப் பெண் மோர் விற்பதற்காக உள்ளே வந்தால் ஊரிலே ஒரு ஆர்ப்பாட்டம், ஒரு சலசலப்பு வருகிறது. அந்தப் பெண்ணின் அழகைப் பார்த்து

ஆண்கள் மயங்குவதும், ஆண்களின் நிலையைப் பார்த்து பெண்கள் அச்சப்பட்டு அவர்களை உள்ளே அழைப்பதுமாக அந்த ஊரில் கவ்வை எடுப்பது போல் ஒரு சலசலப்பு வருகிறது.

அவள் நடந்து வருகின்ற அழகை அவளுடைய உடல் வனப்பை எல்லாம் அந்தப் பாட்டு எப்படிச் சொல்லும் என்றால், அவள் மோர் விற்க வருகிற நேரம் பார்த்து இந்த ஆண்கள் எல்லாம் வெளியில் திண்ணையிலே போய் உட்கார்ந்து விடுகிறார்கள். மனைவிமார்கள் 'கொஞ்சம் உள்ள வர்றீங்களா?' என்று கூப்பிட்டால், கொஞ்சம் நேரத்திற்குப் பிறகு வருகிறேன் என்று சொல்லுகிறார்கள். கொஞ்ச நேரம் அவர்களுக்கு

வெளியில் வேலை இருக்கிறது. ஆனால் அந்த நேரத்தில் அவர்களை வெளியே விட்டுவிடாமல் காவல் காக்க வேண்டியது பெண்களுக்கான வேலையாக இருக்கிறது. இப்படி அவர்களை இவர்கள் உள்ளே அழைப்பதும், அவர்கள் வர மறுப்பதுமாக அந்த ஊரிலே ஒரு சலசலப்பு இருக்கிறது.

பெண்கள் எல்லாம் கூடிப்பேசி ஒரு முடிவெடுக்கிறார்கள். என்ன செய்யலாம்? அந்தப் பெண் எப்படியாவது போகட்டும் இந்தக் கணவர்களை எப்படிக் காப்பாற்றுவது என்று பேசி முடிவெடுத்து இறுதியாக ஒரு தீர்மானத்திற்கு வருகிறார்கள். அந்தத் தீர்மானம்தான் அந்தப் பாடலின் அழகான கடைசி வரி. அவர்கள் அந்த மோர் விற்கிற பெண்ணைப் பார்த்துச் சொல்கிறார்கள், 'இனி நீ இந்த ஊருக்கு வரவேண்டாம்.' 'அப்படியானால் மோருக்கு என்ன செய்வீர்கள்?' என்று அவள் கேட்கிறாள். அவர்கள் 'நாங்கள் மாங்காய் நறுங்காடி கூட்டுவேம்' என்று சொல்லுகிறார்கள்.

'மாங்காய் இருக்கிறதே அதை வத்தலாக ஆக்கி, மாவத்தலை எங்கள் அரிசித் தண்ணியிலேபோட்டு அதைப் புளிப்பான மோராக ஆக்கிக் கொள்வதென நாங்கள் முடிவெடுத்து விட்டோம். இனி இந்த ஊரில் யாரும் மோர் ஊற்றிக் கொள்வதில்லை என முடிவாகிவிட்டது. எனவே நீ இந்த ஊருக்கே வராதே' என்று சொல்லித் தங்கள் கணவர்களைக் காப்பாற்றினார்கள் என்று முல்லைக்கலிப் பாடல் நகைச்சுவை யோடு ஒரு செய்தியை நமக்குச் சொல்லுகிறது.

இது வெறும் நகைச்சுவை அன்று. இது அன்பின் ஐந்திணைக்குள் வராத ஒரு செய்தி. குறிஞ்சி, முல்லை, மருதம், நெய்தல் என்கின்ற திணைகளில் வருவதுபோல இரண்டு பேரும் கருத்தொருமித்துக் காதல் கொண்ட காட்சி இல்லை. இயல்பாக ஆண்களுக்கு இருக்கிற சபலம், அன்றைக்கும் இருந்திருக்கின்றது என்பதை, மக்களின் வாழ்வியலை, மரபு சார்ந்த நிகழ்வுகளை எடுத்துக் காட்டுகிறது. அது இலக்கணத்திற்குள் அடங்காது என்றாலும், நாம் வகுத்து வைத்திருக்கிற பண்பாட்டுக்குள் நிற்காது என்றாலும், மனித மனங்கள் அன்றைக்கே இப்படித்தான் இருந்திருக்கின்றன என்பதை அந்தக் கலித்தொகைப் பாடல் காட்சியாக்கியிருக்கிறது.

புயல்களுக்குப் பெயர்கள்

அது என்ன புயலுக்கு எல்லாம் ஒரு பெயர்? லைலா புயல் என்றும், நர்கீஸ் புயல் என்றும் பெயர் வைக்கிறார்களே, ஏன்? இப்படிப் புயல்களுக்குப் பெயர் வைக்கிற பழக்கம் எப்போது ஏற்பட்டது? எதற்காகப் புயல்களுக்குப் பெயர் வைக்கவேண்டும் என்று பலருக்கும் கேள்வி எழுகிறது.

வழக்கத்துக்கு மாறாக அண்மையில் கோடைக் காலத்திலே ஒரு புயல் வந்து போயிற்று. அந்தப் புயலுக்கு லைலா என்று பெயர் சூட்டியிருக் கிறார்கள். லைலா எப்போது தாக்குமோ என்று எல்லோரும் அச்சப்பட்டுக்கொண்டிருந்த நேரத் தில், வழக்கம்போல் அது ஆந்திராவை நோக்கி நகர்ந்து, ஆந்திராவிலும், ஒரிசாவிலுமாகக் கடற்கரையோரத்தில் தனது தாக்குதலை, வலுவிழந்த நிலையிலே நடத்திவிட்டுப் போயிற்று.

இப்போது நமக்கு ஒரு கேள்வி. அது என்ன புயலுக்கு எல்லாம் ஒரு பெயர்? லைலா புயல் என்றும், நர்கீஸ் புயல் என்றும் பெயர் வைக்கிறார் களே, ஏன்? இப்படிப் புயல்களுக்குப் பெயர் வைக்கிற பழக்கம் எப்போது ஏற்பட்டது? எதற்காகப் புயல்களுக்குப் பெயர் வைக்க வேண்டும் என்று பலருக்கும் கேள்வி எழுகிறது.

இந்த வழக்கம் 1970 ஆம் ஆண்டில் தொடங்கிற்று. ஜெனீவாவிலே நடந்த உலக வானிலை மாநாட்டில், பசிபிக் கடலில் அடிக்கடி புயல்கள் வருகின்றன, அப்படி வருகின்ற புயல்களுக்கெல்லாம் ஒரு பெயர் சூட்டலாம் என்கிற முடிவு ஏற்பட்டது. முதலில் மேலை நாடுகளில் அந்தப் பழக்கம் தொடங்கிற்று. பல்வேறு நாடுகளும் புயல்களுக்குப் பெயர் சூட்டிக்கொண்டன.

இந்தியப் பெருங்கடலிலும் அடிக்கடி புயல்கள் தோன்றுகின்றன. இப்படி இந்தியப் பெருங்கடலிலிருந்து தோன்றுகின்ற புயல்களுக்கும் பெயர் சூட்டலாம் என்று 2000 ஆம் ஆண்டில் கிழக்கு நாடுகள் முடிவெடுத்தன. அந்த முடிவையொட்டி, வடஇந்தியப் பெருங்கடலில் ஏற்படுகின்ற புயலால் பாதிக்கப்படுகின்ற எட்டு நாடுகள் ஒன்றுகூடிப் பெயர் சூட்டின.

இந்தியா, இலங்கை, பாகிஸ்தான், வங்கதேசம், தாய்லாந்து, மியான்மர், ஓமன், மாலத்தீவு என்கிற எட்டு நாடுகள் கூடி, ஒவ்வொரு நாடும் எட்டுப் பெயர்களைச் சூட்டின. மொத்தம் 64 பெயர்களை இப்பொழுது வானிலை ஆராய்ச்சியாளர்கள் வரிசையாகச் சூட்டிவருகின்றனர். இப்போது இந்த நாடு சூட்டிய பெயர், அடுத்தது அந்த நாடு சூட்டிய பெயர் என்று சுழற்சி முறையிலே 64 பெயர்களை அடுத்தடுத்ததாக வைத்துக் கொண்டிருக்கிறார்கள். அப்படித்தான் நர்கீஸ் புயல் வந்தது, நிஷா புயல் வந்தது, வார்டு புயல் வந்தது. இப்போது லைலா புயல் வந்து போய் இருக்கிறது.

லைலா என்பது பாகிஸ்தான் சூட்டிய பெயர். அதைப்போல சில ஆண்டுகளுக்கு முன்னால் வந்த பிஜிலி புயல் என்கிற பெயர் இந்திய அரசாங்கம் சூட்டியது. லைலா என்றால் கருங்கூந்தலைக் கொண்ட ஒரு அழகி என்று பொருள். புயல் அழகாய் இருக்குமா என்பது வேறு. ஆனால் கருங்கூந்தல் என்பது அந்த மேகக் கூட்டங்களின் அடையாளம். எனவே பாகிஸ்தான் சூட்டிய பெயரைக் கொண்ட லைலா என்கின்ற அந்தப் புயல்தான் இந்தியாவை வந்து தாக்கிற்று. அது பிறகு ஆந்திரக் கடற்கரை ஓரமாகக் கரையேறிற்று.

பொதுவாகவே புயல் எப்படி ஏற்படுகிறது என்பதைப் பள்ளிக்கூடப் பாடங்களிலே நமது ஆசிரியர்கள் சொல்லித் தருவார்கள். ஆரஞ்சுப் பழம் போல இருக்கிற இந்த பூமி உருண்டை, நேராக இல்லாமல், 23 1/2 பாகை (டிகிரி) சாய்ந்து சுழல்கிற காரணத்தினாலே, கதிரவனின் வெப்பம் இந்தப் பூமிப் பந்தின் மீது முழுமையாகவும், சீராகவும் படுவதில்லை. சில இடங்களில் அது சாய்வாக இருக்கிற காரணத்தினாலே வெப்பம் கூடுதலாகவும், இன்னொரு பக்கத்திலே வெப்பம் குறைவாகவும் இருக்கிறது. எங்கே வெப்பம் கூடுதலாக இருக்கிறதோ அங்கே உள்ள காற்று விரிவடைந்து லேசாகி மேலே போய்விடுகிறது. அதனால் அந்த இடத்தில் காற்றின் அழுத்தம் குறைகிறது. ஒரு வெற்றிடம் உருவாகிறது. அந்த இடம்தான் குறைந்த காற்றழுத்தத் தாழ்வு மண்டலம் என்று சொல்லப்படுகிறது. அதுவே புயலின் தொடக்கம்.

குறைந்த காற்றழுத்தத் தாழ்வு மண்டலம் தோன்றியவுடனே, எங்கே காற்று மண்டலத்தின் அழுத்தம் கூடுதலாக இருக்கிறதோ, அங்கே இருக்கிற காற்று, அழுத்தம் குறைவாக இருக்கிற இடம் நோக்கி நகரும். வெற்றிடத்தைக் காற்று நிரப்பும் என்பது இயற்கையின் நியதி.

அப்படிக் குறைந்த தாழ்வு மண்டலம் இருக்கிற பகுதியை நோக்கி, இன்னொரு இடத்தில் இருக்கிற அழுத்தம் அதிகமான காற்று வேகமாய் வருகிறபோது, பூமியின் சுழற்சி காரணமாக அந்தக் காற்று சூறாவளியாகிறது. வளி என்றால் காற்று. சூறாவளி என்றால் சூறைக்காற்று என்று பொருள். அப்படி சூறைக்காற்றாக வருவதுதான் புயலாக மாறுகிறது. எனவே அப்படி உருவாகின்ற புயல்களுக்கெல்லாம் ஏன் பெயர் சூட்ட வேண்டும் என்பதுதான் நாம் தொடங்கிய கேள்வி.

வரலாற்றிலே சில நிகழ்வுகளை நாம் திருப்பிப் பார்ப்பதற்குப் பெயர் சூட்டுகின்ற அடையாளங்கள் தேவையாக இருக்கின்றன. எந்தப் புயலில் தனுஷ்கோடி காணாமல் போயிற்று என்று கேட்டால், 64 இல் வீசிய புயலில் என்று, ஆண்டை நினைவு வைத்துக் கொண்டு சிலரால்தான் சொல்ல முடியும். அந்தப் புயலுக்குப் பெயர் சூட்டியிருப்பார்களேயானால், இணையத்தளத்தின் மூலம் அது குறித்த விவரங்களை நாம்

எளிதில் அறிந்து கொள்ள முடியும். இன்று நாம் கணிப்பொறி உலகத்தில், இணையத்தள உலகத்திலே வாழ்ந்து கொண்டிருக்கிறோம். கணிப்பொறியிலே ஒரு புயலின் பெயரைத் தட்டச்சு செய்தால், அது எந்த ஆண்டு, எந்தத் தேதியில் தோன்றிற்று, எங்கே தோன்றிற்று, எந்த திசையில் நகர்ந்தது, எந்த இடத்தைத் தாக்கிற்று, எங்கே கரையைக் கடந்தது என்பது வரை அத்தனை செய்திகளையும் நாம் இணையத்தளத்திலிருந்து பெற்றுக் கொள்ள முடியும்.

எனவே புயலுக்குப் பெயர் வைப்பதன் மூலம் பல ஆண்டுகளுக்குப் பிறகும் அந்தப் புயலைப் பற்றிய அனைத்துச் செய்திகளையும் நாம் பெற்றுவிட முடியும். மேலும், எந்தப் பருவநிலையில் அந்தப் புயல் உருவாயிற்று, மீண்டும் அதே பருவநிலை உருவாகும் போது, அதே போன்ற புயல் வருவதற்கான வாய்ப்பு இருக்கிறதா என்பதைக் கண்டறிந்து, அந்த ஆபத்திலிருந்து மக்களைக் காப்பாற்றுவதற்கும் கூட இந்தப் பெயர்கள் பயன்படுகின்றன.

எனவே பெயர் சூட்டுவது வேடிக்கைக்காகவோ, விளையாட்டுக்காகவோ அல்ல. வரலாற்றுக் காரணங்களுக்கும் அந்தப் பெயர் தேவைப்படுகிறது. அறிவியலுக்கும் ஒரு பெரிய வரலாறு இருக்கிறது. அந்த வரலாற்றை அறிந்து கொள்கிற போதுதான், அடுத்து வருகிற ஆபத்துகளைத் தடுக்க முடியும் என்பதும் உண்மையாக இருக்கிறது. ஆகவே வருகிற புயல் களெல்லாம் லைலா புயலாக, நிஷா புயலாக, நர்கீஸ் புயலாக வந்து கொண்டிருப்பதற்குக் காரணம் அவற்றை அடையாளப் படுத்துவதற்காகத்தான்.

தமிழ் இனத்தின் தாய்க்குடி – குறவர்கள்

குறவர்களினுடைய வாழ்க்கைக்கும் வேங்கை மரத்திற்கும் மிக நெருக்கமான தொடர் பிருக்கிறது. வேங்கை மரங்கள் குறிஞ்சி நிலம் முழுவதிலும் பூத்திருக்கும். அவர்களின் திருமணங்கள்கூட வேங்கை பூத்த நன்னாளில் நடைபெறுகிறது என்று அகநானூறு கூறுகிறது.

ஓர் இனத்தின் பண்பாடு, அந்த இனத்தினுடைய பழங்குடி மக்களின் பண்பாட்டிலேதான் தங்கி இருக்கிறது என்று ஆய்வாளர்கள் சொல்வார்கள். ஐவகை நிலங்களிலும்கூட குறிஞ்சி நிலம்தான் மிகப்பழமையானது என்பதை நாம் அறிவோம். குறிஞ்சி நிலத்தில் வாழ்ந்த மக்கள்தான் குன்றவர்கள். பின்னர் குறவர்கள் என்று அழைக்கப்பட்டனர். அவர்களே தமிழ் இனத்தின் தாய்க்குடியாகக் கருதத்தக்கவர்கள்.

குறவர்கள் என்கிற சொல் இன்றைக்கு இழிவா கவும், ஒரு சாதியின் பெயரைக் குறிப்பதாகவும் கருதப்படுகின்றது. உண்மையில் அது குறிஞ்சி நில மக்களைக் குறிக்கின்ற சொல்லாகும். அந்தக் குறிஞ்சி நில மக்களாகிய குறவர்களினுடைய வாழ்க்கை பற்றி, குறவர் பழங்குடி என்கிற பெயரில் மணி கோ. பன்னீர்செல்வம் அவர்கள் மிக அருமையான ஒரு நூலைத் தந்திருக்கிறார். குறவர் மக்களினுடைய இனவரைவியல் ஆய்வாக அந்த நூல் அமைந்திருக்கிறது.

அவர்களினுடைய வாழ்வியல், அவர்களினுடைய வரலாறு, அவர்களினுடைய மதம், அவர்களினுடைய நம்பிக்கை பற்றி எல்லாம் இந்த நூல் சிறப்பாகவும், நுட்பமாகவும் பேசுகிறது. குறவர் மக்கள் பழங்குடியினர் என்பதில் எந்த மறுப்பும் இல்லை. ஆனால் அதையே நிறுவ வேண்டிய சூழலில் நாம் இருக்கிறோம் என்று அந்தப் புத்தகத்தினுடைய முதல் அத்தியாயம் கூறுகிறது.

அந்த முதல் இயல், அவர்களைப் பற்றிய குறிப்புகளை, இலக்கியத்தில் உள்ள அவர்களைப் பற்றிய காட்சிகளை எல்லாம் நமக்கு தொகுத்துத் தருகிறது. நடைமுறையில், இன்றைக்குச் சில மாவட்டங்களில் தான் அவர்கள் பழங்குடியினராகக் கருதப்படுகிறார்கள். வேறு சில மாவட்டங்களில் அவர்கள் தாழ்த்தப்பட்டவர்களாக இருக்கிறார்கள். இன்னும் சில மாவட்டங்களில் மிகவும் பிற்படுத்தப்பட்டவர்களாக இருக்கிறார்கள். ஆங்கிலத்திலே MBC., SC.,ST., என்று சொல்லு கிறோமே அதில் Sheduled Tribes என்று சொல்லப்படுகிற பழங்குடியினரில்தான் அவர்கள் வரவேண்டும். ஆனால் அப்படி இல்லாமல் வெவ்வேறு பிரிவுகளின் கீழ் அவர்கள் அடக்கப் பட்டிருக்கிறார்கள் என்கிற செய்தியினை அந்த நூல் நமக்குத் தருகிறது.

அவர்கள் புராண அடிப்படையில் தங்களை வள்ளியின் மக்கள் என்று கருதுகிறார்கள். ‘நாங்கள்லாம் வள்ளி மக்கா’ என்று அவர்கள் சொல்லுகிறார்கள். முருகன் வள்ளி என்று வருகின்றபோது, முருகன் தங்கள் இனத்தைச் சேர்ந்த ஒரு பெண்ணைத்தான் மணந்துகொண்டான் என்பதனாலே முருகன் எங்கள் மைத்துனன் என்று அவர்கள் குறிப்பிடுகிறார்கள். வள்ளியின் பிள்ளைகள் நாங்கள் என்று அவர்கள் பெரு மிதப்படுகிறார்கள். ஆனால் தமிழ் இலக்கிய வரலாற்றில் வள்ளியினுடைய பங்கு மெல்ல மெல்ல குறைக்கப்பெற்று, தெய்வானை என்கிற இன்னொரு பாத்திரம் கி.பி. 8 , 9 நூற்றாண்டிற்குப் பிறகு வந்து சேர்ந்துவிட்டதை நாம் அறிவோம். ஆனால் நம்முடைய பழந்தமிழ் இலக்கியங்களில் தெய்வானை பற்றிய குறிப்பு ஏதும் இல்லை.

சங்க இலக்கியங்களில் இந்தக் குறவர்கள் பற்றி ஏராளமான செய்திகள் இருக்கின்றன. அவர்களின் தோற்றம் எப்படி இருந்தது என்பதை இலக்கியங்கள் கூறுகின்றன. அவ்விலக்கியக் காட்சிகளில், குறவர்கள் கழுத்திலே முத்துமாலை அணிந்திருக் கிறார்கள், தலையிலே கொக்கின் சிறகை செறுகிக் கொண்டிருக்கிறார்கள், இடையிலே புலித்தோலை அணிந்திருக் கிறார்கள். இது சங்க இலக்கியங்கள் காட்டுகின்ற தோற்றம். பெண்களைப் பொறுத்தளவு, வேங்கை மரத்தினுடைய பூக்களைச் சூடிக்கொள்கிறார்கள். குறவர்களினுடைய வாழ்க்கைக்கும் வேங்கை மரத்திற்கும் மிக நெருக்கமான தொடர்பிருக்கிறது. வேங்கை மரங்கள் குறிஞ்சி நிலம் முழுவதிலும் பூத்திருக்கும். அவர்களின் திருமணங்கள்கூட வேங்கை பூத்த நன்னாளில் நடைபெறுகிறது என்று அகநானூறு கூறுகிறது. வேங்கை பூத்த நன்னாள் என்றால், வேங்கை மரம் பூத்துக்குலுங்குகின்ற அந்தக் காலகட்டத்திலேதான் அவர்கள் திருமணம் செய்துகொள்கிறார்கள். எனவே அப்படி இயற்கையோடு இயைந்த வாழ்வாக அந்த மக்களினுடைய வாழ்வு அமைந்திருக்கிறது.

இயல்பாக கழுதைகளை மேய்ப்பவர்களாக, ஓரிடத்தில் சோளம், அரிசி போன்றவைகள் மலிவாக இருக்குமானால் அவற்றை வாங்கி, கழுதைகளில் ஏற்றி, எங்கு அவை கூடுதலாக விற்கப்படுகிறதோ அந்த இடங்களில் போய் விற்பனை செய்பவர்களாக இருக்கிறார்கள். எனவே கழுதைகள் அவர்களினுடைய சொத்துகளாக இருக்கின்றன. ஒரு காலத்திலே மாடுகள் எப்படிச் சொத்து என்று கருதப்பட்டதோ, அப்படி கழுதைகள் குறவர் இனத்தினரின் சொத்துகளாக இருக்கின்றன. திருமணதிற்குக்கூட பத்துக் கழுதைகள் பரிசமாகக் கொடுக்கப் படுகின்றன. முதல் திருமணத்திலே குழந்தை இல்லை என்றால் இரண்டாவது திருமணம் செய்துகொள்கிற பழக்கம் அவர்களுக்கு இருக்கிறது. இரண்டாவது திருமணமாக இருந்தால் பத்து கழுதைகளுக்குப் பதிலாக எட்டு கழுதைகள் பரிசமாகக் கொடுக்கப்படுகின்றன. இப்படி அவர்களினுடைய வாழ்க்கை முறைகளை எல்லாம் விளக்குகிற இந்த நூல் பிற்காலத்தில் வந்த இலக்கியவாணர்கள் அவர்களை எப்படி ஏற்றுக்கொண்டார்கள் என்பதையும் காட்டுகிறது.

பக்தி இலக்கியக் காலங்களில், அப்பரின் பாடல்களில் மட்டும்தான் வள்ளியைப் பற்றிய குறிப்பு இருக்கிறது. அவர் மட்டும்தான் 'குறவி தோள் மணந்த குமரவேல்' என்று குறிப்பிடுகிறார். வள்ளி மணாளன் என்றும் அவர் எழுதுகிறார். அதே காலத்தில் வாழ்ந்த மற்றவர்கள் வள்ளியை ஏற்றுக் கொள்ளவில்லை என்கிற செய்தியையும் இந்நூலாசிரியர் குறிப்பிடுகிறார்.

தொடக்கத்திலே இருந்து பார்த்தால், அவர்கள் கல்வி அறிவு பெற்றவர்களாகவும் இருந்திருக்கிறார்கள் என்பதற்குப் புறநானூற்றிலே ஒரு பாட்டு பெரிய சான்றாக நமக்கு இருக்கிறது. சங்கப் பெண் புலவர் ஒருவரே அந்தக் குறவர் வகுப்பிலே தோன்றியவராக இருக்கிறார். குறமகள் இளவெயினி என்பது அவருடைய பெயராக இருக்கிறது. வெயினி என்கிற பெயர் பெரும்பான்மையாகப் பாலைநிலத்திலே வைக்கப்படுகிற பெயர். குறமகள் இளவெயினி, ஏவைக்கோன் என்கிற ஒரு மலை அரசரைப் பற்றிப் பாடியிருக்கிறார். அந்த ஏவைக்கோன் என்கிறவனும் குறவர் இனத்திலே பிறந்து சிற்றரசனாக உயர்ந்தவன் என்கிற குறிப்பும் நமக்குக் கிடைக்கிறது. எனவே அரசராகவும், அறிஞராகவும், கவிஞராகவும் அந்த மக்கள்

வாழ்ந்திருக்கிறார்கள் என்பதை வரலாற்றுச் சான்றுகளோடு இந்தப் புத்தகம் நிறுவுகிறது.

கி.பி. 9ஆம் நூற்றாண்டிற்கு வருகிறபோதுதான் அங்கே இருக்கிற கோயில் சிற்பங்களிலே முருகன் இரண்டு பக்கத்திலே இரண்டு மனைவியரோடு இருக்கிற காட்சியைப்பார்க்க முடிகிறது. பழைய சங்க இலக்கியங்களிலே அப்படி இல்லை. ஒரு பக்கத்திலே வள்ளியும், இன்னொரு பக்கத்திலே தெய்வானையும் நிற்கிறார்கள்.

அதிலும் நுட்பமான ஒரு செய்தியை அவர் குறிப்பிடுகிறார். இரண்டு மனைவியர் இரண்டு பக்கத்திலே இருந்தாலும் தெய்வானைதான் மார்புக் கச்சை அணிந்தவளாக இருக்கிறாள். வள்ளியோ அந்த மார்புக் கச்சை அணியாதவளாக இருக்கிறாள். இது எதைக் காட்டுகிறது என்றால் மேலாடை அணிகிற உரிமை, சாதியின் பெயரால், வருண ஏற்றத்தாழ்வின் பெயரால் தீர்மானிக்கப்பட்டிருக்கிறது என்பதையே காட்டுகிறது.

குறிப்பிட்ட சமூகத்திலே பிறந்தவர்கள்தான் மேலாடை உடுத்திக் கொள்ளலாம். மற்றவர்களுக்கு அந்த உரிமைகூட இல்லை என்று அன்றைக்கே இருந்திருக்கிறது. அது கி.பி.19 ஆம் நூற்றாண்டு வரைக்கும் கூடத் தோள்சீலைப் போராட்டமாகத் தொடர்ந்திருக்கிறது என்பதை நாம் அறிவோம். இந்தச் செய்திகளை எல்லாம் நாம் அந்த நூலிலே பார்க்கிறோம். எனவே குறவர் இன மக்களினுடைய இனவரைவியல் ஆய்வு நூலாக, அரிய சொத்தாக, தமிழர்களுக்கு அந்த நூல் வாய்த்திருக்கிறது.

குறைகளைக் கொண்டாடலாமா?

ஒத்தல்லோ நாடகத்திலே இன்னும் எத்தனையோ அழகான உரையாடல்கள், காட்சி அமைப்புகள் எல்லாம் இருக்கின்றன. அந்தப் பகுதிகளை எல்லாம் விட்டுவிட்டு, ஒரு சின்ன பிழையை இவர் இவ்வளவு சிரமப்பட்டுத் தேடியிருக்கிறாரே என்பது இராபர்ட் லின்டினுடைய வாதம்.

அடுத்தவர்களின் எழுத்திலும், இலக்கியத்திலும் குறைகளைக் கண்டுபிடிப்பதில் சிலர் அளவு கடந்த திறமையுடையவர்களாக இருப்பார்கள். குறையைக் கண்டுபிடிக்கக் கூடாது என்பதன்று, குறை கண்டுபிடிப்பதே வேலையாக இருக்கக் கூடாது. சிலரினுடைய இயல்பே அப்படி இருக்கும். ஒரு புத்தகம் படித்தால், ஒரு திருமண அழைப்பைப் படித்தால்கூட, பிழை சட்டென்று அவர்களின் கண்ககளில் பட்டுவிடும். அந்தப் பிழைகளைச் சுட்டிக்காட்டிப் பெரியவர்கள் திருத்துவது என்பது வேறு, அந்தப் பிழைகளைப் பெரிதாகச் சொல்வது என்பது வேறு.

இலக்கியம் படைத்தவனைவிட, பிழை கண்டு பிடித்து விடுவதால் தான் பெரியவன் ஆகி விடுகிறோம் என்று எண்ணிப் பிழை கண்டுபிடிக்கிறவர்களும் உண்டு. இதைப் பற்றி அயர்லாந்து நாட்டு எழுத்தாளர், இராபர்ட் லின்ட் என்று சுருக்கமாக அழைக்கப்படுகிற, இராபர்ட் வில்சன்

லின்ட் (Robert willson Lynd) ஓர் அருமையான ஆங்கிலக் கட்டுரையை எழுதியிருக்கிறார். In Praise of Mistakes என்பது அக்கட்டுரையினுடைய தலைப்பு. அவர் Youth Chronicle என்கிற ஒரு பத்திரிகையின் இலக்கியப்பகுதியின் ஆசிரியராக இருந்தவர். 20 ஆம் நூற்றாண்டின் மத்தியில் இறந்துபோன அவர், பல அருமையான, அங்கதச் சுவை நிறைந்த, கேலியும் கிண்டலுமாக இருக்கிற பல கட்டுரைகளை எழுதியவர்.

எப்போதும் எங்கும் ஒரு சில குறைகள் தென்படத்தான் செய்யும். அவற்றைச் சுட்டிக்காட்டலாம். ஆனால் அவற்றிலேயே காலூன்றி நிற்கக் கூடாது. ஒரு வேளை அவை நம் சமுகத்திற்குக் கேடு பயக்கின்றனவாக இருந்தால், நம் கருத்துக்கு மாறானவை யாக இருந்தால், அவற்றைச் சுட்டிக் காட்டுவதும், அவற்றிற்கு எதிராக வாதிடுவதும் பிழையானவை அல்ல. ஆனால் சின்னப் பிழையைப் பெரிதுபடுத்துவது நம்முடைய பேதமையைத்தான் வெளிப்படுத்திவிடும் என்பதை லின்ட் சுட்டிக் காட்டுகிறார்.

ஒத்தல்லோ நாடகம்

எடுத்துக்காட்டாக, இராபர்ட் லின்ட் ஒரு விமர்சகரைப் பற்றிக் கூறுகிறார். ஷேக்ஸ்பியரின் ஒத்தல்லோ நாடகத்தைப் பற்றி அந்த விமர்சகர் எழுதியுள்ளார். 'ஷேக்ஸ்பியர் குறித்திருக்

கிற ஒத்தல்லோவின் காலத்தில் வெனிஸ் நகரத்தில் மூர் இனத்தைச் சேர்ந்தவர்கள் யாருமே கிடையாது. ஆனால் ஷேக்ஸ்பியர் ஒத்தல்லோவை மூர் இனத்தைச் சேர்ந்தவன் என்று காட்டியிருக்கிறார். எனவே ஷேக்ஸ்பியரினுடைய வரலாற்று அறிவு எவ்வளவு குறைவானதாக இருக்கிறது பார்த்தீர்களா?' என்று அந்த விமர்சகர் கொண்டாட்டமாக எழுதுவதை இராபர்ட் லின்ட் குறிப்பிடுகிறார்.

ஒரு வேளை அந்த விமர்சகர் எழுதியது சரியாகக் கூட இருக்கலாம். அந்தக் காலத்திலே மூர் இனத்தைச் சேர்ந்தவர்கள் இல்லாமல் இருக்கலாம். அது ஒரு பிழைதான். ஷேக்ஸ்பியர் அந்த ஒரு குறிப்பைத் தவறவிட்டுவிட்டார் என்று எழுதலாமே தவிர, ஷேக்ஸ்பியருக்கு வரலாற்று அறிவே கிடையாது, இவரெல்லாம் நாடகம் எழுத வந்துவிட்டார் பாருங்கள் என்று விமர்சனம் செய்வது நியாயம்தானா என்று இராபர்ட் லின்ட் கேட்கிறார். ஏனென்றால் ஒத்தல்லோ நாடகத்திலே இன்னும் எத்தனையோ அழகான உரையாடல்கள், காட்சி அமைப்புகள் எல்லாம் இருக்கின்றன. ஒத்தல்லோ என்கிற நாடகத்தை உலகமே பாராட்டி ரசிக்கிறது. அந்தப் பகுதிகளை எல்லாம் விட்டுவிட்டு, ஒரு சின்ன பிழையை இவர் இவ்வளவு சிரமப்பட்டுத் தேடியிருக்கிறாரே என்பது இராபர்ட் லின்டினுடைய வாதம்.

அதாவது நம்முடைய பழைய திருவிளையாடல் படத்தில் பாட்டெழுதிப் பிழைக்கிறவர்களும் உண்டு, பாட்டில் பிழை கண்டே பிழைக்கிறவர்களும் உண்டு என்று தருமி பேசுகிற வசனம் இந்தக் கட்டுரையைப் படிக்கிறபோது நமக்கு நினைவுக்கு வருகிறது.

கவிஞர் கண்ணதாசன் பாடல்களிலேயும் இப்படிச் சில பிழைகள் நடந்துவிட்டது உண்டு. அத்திப் பழக் கன்னத்தை நான் கிள்ளிவிடவா என்று ஒரு பாடல் வரியைக் கண்ணதாசன் எழுதினார். விமர்சகர்கள் கேலி செய்தார்கள். அத்திப் பழத்தைக் கிள்ளினால் உள்ளே இருந்து புழுதான் வரும் என்றார்கள். ஒரு பாட்டை அப்படிப் பார்க்கக் கூடாது. ஒரு உவமையை அப்படிப் பார்க்கக் கூடாது. அத்திப்பழக்கன்னம் என்று அவர் சொன்னது அந்த மினுமினுப்புக்காகத்தானே தவிர, அத்திப்பழத்தின்

அளவோடும், அத்திப்பழத்தின் உள்ளீட்டோடும் கன்னத்தை ஒப்பிட்டுப் பார்ப்பது சரியான விமர்சனமாகாது.

இன்னொரு இடத்திலே கண்ணதாசன் ஒரு நல்ல பாடலை எழுதினார். அந்தப் பாடலில் ஒரு வரி இப்படி அமையும். மாமரத்துக் கிளைகளிலே மாடப்புறாக் கூடுகளாம் என்று எழுதியிருப்பார். அதற்கும் ஒரு விமர்சனம் வந்தது. மாமரத்துக் கிளைகளிலே, மாடப்புறாக் கூடு என்பது எவ்வளவு தவறான செய்தி. எந்தப் புறா மாடத்திலே கூடுகட்டுகிறதோ, அதுதான் மாடப்புறா. மாடத்திலே கூடுகட்டாமல் வேறு இடத்திலே கூடுகட்டினால் அதற்கு மாடப்புறா என்று பெயர் வராது. மாமரத்துக் கிளைகளிலே என்று இருப்பதனாலே அந்த மோனை அழகுக்காக மாமரத்துக் கிளைகளிலே மாடப்புறாக் கூடுகளாம் என்று நீங்கள் எழுதியிருப்பது சரிதானா என்று கேட்ட நேரத்தில் கண்ணதாசனே சொன்னார், நான் அந்த நேரத்திலே அப்படி எழுதிவிட்டேன். நீங்கள் சுட்டிக்காட்டியது சரிதான் என்றார்.

அதற்குப் பிற்கு இன்னொரு விமர்சகர் எழுந்தார். இல்லையில்லை கவிஞர் எழுதியிருப்பது சரிதான் என்றார். கவிஞரே அதைப் பிழைஎன்று ஒப்புக்கொண்டபிறகும்கூட இன்னொரு விமர்சகர், ‘நீங்கள் அந்தக் கதையை ஒட்டிப் பாருங்கள். எப்போதும் திரைப்படப் பாடல் என்பது கதையை ஒட்டி வருகிற ஒன்று. அந்தக் கதை, பெரும் செல்வந்தர்களுடைய பிள்ளைகள், காதலுக்காகத் தங்கள் சொந்தங்களை எல்லாம் பகைத்துக்கொண்டு வீட்டை விட்டு வெளியில் வந்து ஒரு குடிசையிலே வாழ்ந்து கொண்டிருக்கிறார்கள். மாடப் புறாக்கள் தான் அவர்கள். ஆனால் மாடங்களை விட்டுவிட்டுக் குடிசைகளுக்கு வந்திருக்கின்றனர். இது எப்படி இருக்கிறது என்றால், மாடப்புறா பறந்து வந்து மாமரத்திலே கூடுகட்டுவது போல இருக்கிறது என்று அந்தக் கதையையும் சேர்த்தல்லவா கவிஞர் நமக்கு உணர்த்தியிருகிறார் என்று இன்னொரு பொழிப்புரையையும் அவர் தந்தார்.

இவையெல்லாம் இலக்கிய விமர்சனங்கள். ஆனாலும் இராபர்ட் லின்ட் சொல்லுவதுபோல, குறைகளைச் சுட்டிக் காட்டலாம், விவாதிக்கலாம். ஆனால் குறைகளைக் கொண்டாடக்

கூடாது. அதுதான் அடிப்படையான செய்தி. பிழைகளைப் பெரிதுபடுத்தக் கூடாது. பிழைகளைக் காண்பதில் பேரின்பம் அடையக்கூடாது. இலக்கியம் படைப்பது பேரின்பமே தவிர, இலக்கியத்தில் பிழைகாண்பது பேரின்பம் அல்ல.

எதிர்க் கருத்துகளை, தீங்கான செய்திகளை, எதிர்த்துக் கடுமையாய் வாதிடுவது வேறு. ஆனால் எங்காவது, ஏதேனும் ஓரிடத்திலாவது ஒரு சின்னப்பிழை நேர்ந்திருக்காதா என்று ஏக்கத்தோடு தேடித் தேடி அதை எடுத்துக் காட்டி, அப்படி எடுத்துக் காட்டுவதன் மூலமே படைப்பாளியைவிடத் தான் அறிவாளி என்பதாகக் காட்டிக் கொள்வது சரியான விமர்சனமாக இருக்காது. In Praise of Mistakes என்று அவர் சொல்லுகிற, பிழைகளைக் கொண்டாடுகிற மனோபாவத்தில் இருந்து நாம் விடுபட வேண்டும். நாம் படைப்பாளிகளாக மாற வேண்டும்.

படைப்பாளிகளைக் கண்ணியமாகவும், ஆக்கப்பூர்வமாக்வும் விமர்சனம் செய்ய வேண்டும் என்கிற உணர்வை அந்தக் கட்டுரை நம் நெஞ்சில் ஆழப்பதிக்கிறது.

எரித்திரியா

இத்தாலி இருந்தபோதும், பிரிட்டன் ஆட்சி இருந்த போதும், அந்த எரித்திரியா மக்களின் தாய் மொழியான டிக்லிக்னா என்கிற மொழியும் பள்ளிக் கூடத்தில் பாடமொழியாக இருந்தது. ஆனால் எத்தியோப்பியர்கள் என்ன செய்தார்கள் என்றால், அதையும் நீக்கிவிட்டார்கள்.

இருபதாம் நூற்றாண்டின் இறுதியில் எத்தி யோப்பியாவிலிருந்து பிரிந்து, விடுதலை பெற்றுத் தனி நாடாக உருப்பெற்ற நாடுதான் எரித்திரியா என்கிற தேசம். எரித்திரியாவைப் பற்றி 32 பக்கங்களில் ஓர் அருமையான நூல் மிக அண்மையிலே வெளிவந்திருக்கிறது. இரும் பொறை எழுதியிருக்கிற அந்தப் புத்தகத்தை முள்ளிவாய்க்கால் பதிப்பகம் தன் முதல் நூலாகக் கொண்டு வந்திருக்கிறது.

முள்ளிவாய்க்கால் என்கிற அந்தச் சொல்லே நம் நெஞ்சில் முள்ளாய்க் குத்துகிறது. அதை முள்ளிவாய்க்கால் பதிப்பகம் வெளியிட்டிருக்கிற போதே அதனுடைய உட்கருத்தும் நமக்குப் புரிகிறது. ஈழ மக்களின் விடுதலைப் போராட்டத் தோடு ஒப்பிட்டு, அந்த எரித்திரிய மக்களின் விடுதலைப் போராட்டமும் அந்த நூலிலே சொல்லப்பட்டிருக்கிறது. வரலாற்றை எல் லோரும் சொல்லிவிடலாம், ஆனாலும் வரலாற் றைச் சொல்லுகிறபோது அந்த மொழி நடை

எத்தனை அழகாக அமைந்திருக்கிறது என்பதை அந்தப் புத்தகத்தைப் படிக்கிறவர்கள் அறிந்துகொள்ளலாம். அதுதான் அந்த நூலினுடைய இன்னொரு சிறப்பு.

எரித்திரியா என்பது 1860 இல் இருந்து வேறுவேறு நாடுகளுக்கு அடிமைப்பட்டு, காலனி நாடாகவே இருந்து விடுதலை பெற்ற ஒரு ஆப்பிரிக்க தேசம். 1860 இல் இத்தாலி நாடு எரித்திரியாவைக் குறிவைக்கத் தொடங்கியது. 1880 இல் முழுமையாக எரித்திரியா இத்தாலியினுடைய காலனி நாடாக ஆயிற்று. அது ஒரு காலகட்டம். ஐரோப்பாக் கண்டத்திலுள்ள நாடுகள் எல்லாம் உலகத்திலுள்ள நாடுகளை, குறிப்பாக ஆப்பிரிக்கா, ஆசியா கண்டத்திலுள்ள நாடுகளைத் தங்களுடைய காலனி நாடுகளாக ஆக்கிக்கொண்ட காலம். எனவே இத்தாலி எரித்திரியாவைத் தன்னுடைய காலனி நாடாக ஆக்கிக் கொண்டது. இரண்டாவது உலகப்போர் வரையிலே அந்த நிலையேதான் தொடர்ந்தது.

எரித்திரிய மக்களுக்குப் போதுமான படிப்பறிவு வழங்கப்படவில்லை. எப்போதும் ஒரு குறிப்பிட்ட மக்களைப் படிக்காதவர்கள் என்று சொல்லுவது நியாமில்லை. அந்த மக்களுக்குக் கல்வியறிவு வழங்கப்படவில்லை என்பதுதான் உண்மை. எரித்திரிய மக்களுக்கு கல்வியறிவு இல்லை. அவர்களுக்கான பொருளாதாரம் போதுமானதாக இல்லை. அடிமைகளாகவே அந்த மக்கள் இருந்தார்கள். இரண்டாம் உலகப்போர் இறுதிபெற்ற நேரத்தில் ஏராளமான நாடுகள் விடுதலை பெற்றன. இனிமேல் தங்கள் நாட்டின் பொருளா தாரத்தையே காத்துக்கொள்ள முடியாது என்ற நிலை ஏற்பட்ட போது, காலனி நாடுகளை வைத்துக்கொள்ள அவர்களுக்கு வகையில்லை என்பதன்ாலே, பல நாடுகள் விடுதலை பெற்றன. இத்தாலியினுடைய காலனி நாடுகளாக இருந்த சோமாலியா போன்ற நாடுகள் எல்லாம் அப்போதுதான் விடுதலை பெற்று வெளியே வந்தன. ஆனால் எரித்திரியாவின் நிலைதான் வேறுமாதிரியாக ஆயிற்று.

இத்தாலியிடமிருந்து 1941 ஆம் ஆண்டு விடுதலை பெற்ற எரித்திரியா, பிரித்தானியாவின் கீழ் மறுபடியும் காலனி நாடாக

மாறியது. ஒரு இடத்திலிருந்து விடுபட்டு இன்னொரு இடத்தில் வந்து சிக்கிக்கொண்டது. ஐக்கிய நாடுகள் அவை சொல்லிற்று, இன்னும் பத்தாண்டுகளுக்குப் பிறகு வாக்கெடுப்பு நடத்தலாம் என்று. ஒரு வாக்கெடுப்பும் நடத்தப்படவில்லை. என்ன நேர்ந்தது என்றால் பிரிட்டனும்கூட அந்த நாட்டை விட்டு வெளியேறியது. ஆனால் பக்கத்திலே இருந்த எத்தியோப்பியா என்கிற பெரும் தேசத்தோடு, அந்த தேசத்தினுடைய 14 ஆவது மாநிலமாக எரித்திரியாவை ஐக்கியநாடுகள் அவை இணைத்துவிட்டது. அதனால், ஒரு மாநிலமாக எரித்திரியா என்கிற ஒரு தேசம் சுருங்கிப்போயிற்று. மீண்டும் விடுதலைக்காக அவர்கள் போராட நேர்ந்தது.

ஆனால் 1958 வரையிலும்கூட அங்கு ஒரு விடுதலை இயக்கம் தோன்றவில்லை. விடுதலை இயக்கத்தை யார் தோற்றுவித்தார்கள் என்றால், ஒருவகையில் எத்தியோப்பியாவின் ஆதிக்கவாதிகள் தான் தோற்றுவித்தார்கள் என்று சொல்லவேண்டும். இத்தாலி இருந்தபோதும், பிரிட்டன் ஆட்சி இருந்த போதும், அந்த எரித்திரியா மக்களின் தாய்மொழியான டிக்லிக்னா என்கிற மொழியும் பள்ளிக்கூடத்தில் பாடமொழியாக இருந்தது. ஆனால் எத்தியோப்பியர்கள் என்ன செய்தார்கள் என்றால், அதையும் நீக்கிவிட்டார்கள். இனி பள்ளிக்கூடங்களிலே எத்தியோப்பிய மொழி மட்டும்தான். டிக்லிக்னாவுக்கும் இடமில்லை, அரபுக்கும் இடமில்லை என்று கூறிவிட்டார்கள்.

அந்த நாட்டிலே இசுலாமிய மக்களும், கிறித்துவ மக்களும் ஏறத்தாழ சமபாகமாக இருக்கிறார்கள். டிக்லிக்னாவுக்கும் இடமில்லை அரபிக்கும் இடமில்லை என்று சொல்லியதோடு மட்டுமன்றி, டிக்லிக்னா மொழியிலே எழுதப்பட்ட 54 ஆயிரம் நூல்களை அவர்கள் எரித்தார்கள்.

யாழ்ப்பாணத்திலே 81 ஆம் ஆண்டு, எவ்வாறு ஏறத்தாழ ஒரு இலட்சம் நூல்கள் எரிக்கப்பட்டனவோ, அந்த நூலகம் எரிக்கப்பட்டதோ, அதைப்போல எரித்திரிய மக்களின் தாய்மொழியிலே எழுதப்பட்ட நூல்கள் எல்லாம் எரிக்கப்பட்டன. அப்போதுதான் அந்த மக்கள் கிளர்ந்து எழுந்தார்கள். மொழியின் மீது கைவைக்கிறபோதுதான் இயல்பாக யார் ஒருவருக்கும்

எழுச்சிவரும் என்பதை எரித்திரிய வரலாறும் நமக்குக் காட்டுகிறது.

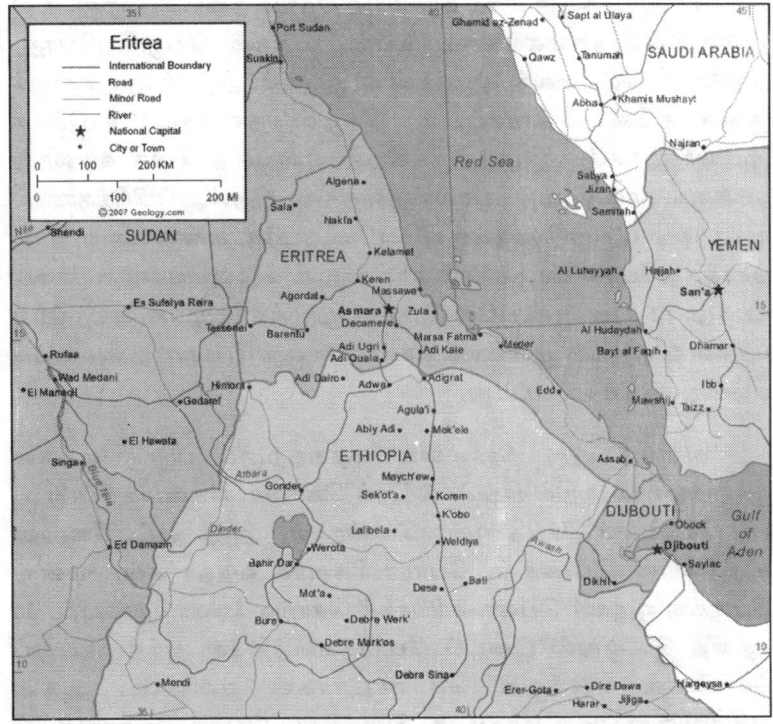

எரித்திரிய விடுதலை முன்னணி என்கிற ஓர் அமைப்பு 58இல் தொடங்கிற்று. 61இல் இருந்து ஆயுதப்போர் நிகழ்ந்தது. மக்களுடைய ஆதரவோடு அந்தப் போர் மிகக்கடுமையாக நடைபெற்றது. அரசாங்கத்தால் சமாளிக்க முடியவில்லை. ஆனால் அங்கேயும் என்ன ஒரு பிழை நேர்ந்தது என்றால், அவர்களுக்குள்ளே ஏற்பட்ட உட்பிளவு காரணமாக, 1972இல் அது இரண்டாக உடைந்து விட்டது. எரித்திரிய விடுதலை முன்னணியிலே இருந்து, எரித்திரிய மக்கள் விடுதலை முன்னணி என்கிற இன்னொரு அமைப்பு உருவாயிற்று. முதல் அமைப்பை விட இரண்டாவது அமைப்புக்கு ஒரு சமுகப் பார்வை இருந்தது. வெறும் அரசியல் விடுதலை அன்று, பொருளாதார, சமுக அங்கீகாரமும், சமத்துவமும் எங்களின் குறிக்கோள் என்று எரித்திரிய மக்கள் விடுதலை முன்னணி அறிவித்தபோது, அதற்குக் கூடுதலாக மக்களின் ஆதரவு கிடைத்தது.

ஆனாலும் வெறும் ஆதரவை வைத்துத் தீர்மானிக்க முடியவில்லை. இரண்டு குழுக்களிடமும் ஆயுதங்கள் இருந்தன. எனவே அவர்களுக்கிடையிலேயே யுத்தம் நடைபெற்றது. பல நாடுகளில் விடுதலைக்காகப் போராட்டம் நடை பெறுகிறபோது, பல்வேறு விடுதலைக் குழுக்கள் எழுவதும், அந்தக் குழுக்களுக்குள்ளாகவே போராட்டம் நிகழ்வதென்பதும் தவிர்க்க முடியாததாகவே இருந்திருக்கிறது என்பதை உலக வரலாறு நமக்குக் காட்டுகிறது. பாலஸ்தீனத்தில், தென்ஆப்பிரிக்காவில் அப்படி உட்குழுக்களுக்குள்ளேயே நடந்த சண்டையை நாம் பார்த்ததுபோலவே, எரித்திரியாவிலும் கடுமையான சண்டை நடந்து, 81 ஆம் ஆண்டிலே இருந்து முழுக்க முழுக்க 'எரித்திரிய மக்கள் விடுதலை முன்னணி'தான் ஒரே ஒரு போராட்ட அமைப்பு என்கிற நிலை ஏற்பட்டது.

அப்படி ஒரு நிலைமை வந்ததற்குப் பிறகு மக்கள் முழுமையாக அதில் பங்கெடுத்துக் கொண்டார்கள். குறிப்பிடப் பட வேண்டிய செய்தி என்னவென்றால், அந்த நாட்டிலேதான் மிகுதியான பெண்கள், போராளிகளாக வந்தார்கள். மூன்று பேருக்கு ஒருவர் பெண். சரியாகச் சொல்லவேண்டுமானால், 33 சதவீத இடஒதுக்கீட்டைப் போர்க்களத்திலே அந்த நாட்டுப் பெண்கள் எடுத்துக் கொண்டார்கள் எனலாம். அதன் எதிர்விளைவும் மோசமாக இருந்தது. பெண் போராளிகள் கைப்பற்றப்படும்போதெல்லாம் அவர்கள் என்ன செய்தார்கள் என்றால், அந்த ஆதிக்க அரசுகள், பெண்களைப் பாலியல் வல்லுறவுகளுக்கு உள்ளாக்கியதோடு மட்டுமல்லாமல், அவர்களுடைய கர்ப்பப்பையையும் அகற்றுகிற கொடுமையை அந்த நாட்டிலே செய்தார்கள். அடுத்த தலைமுறை, அடுத்த வாரிசுகள் வந்துவிடக்கூடாது என்பதிலே அவர்கள் கவனமாக இருந்தார்கள்.

அடக்குமுறை மிகுதியாக மிகுதியாக, விடுதலைப் போராட்ட உணர்வும் மிகுதியாயிற்று. 1991 ஆவது ஆண்டு மே மாதம் 4 ஆம் தேதி, எரித்திரிய மக்கள் விடுதலை முன்னணி அந்த நாட்டினுடைய தலைநகரத்தையே கைப்பற்றித் தாங்கள் தனி அரசு என்று அறிவித்தது. ஆனால் உலக நாடுகள் ஒப்புக்கொள்ள வேண்டுமே. அன்றைக்கு ஒரு நல்ல வாய்ப்பாக, ஐக்கிய நாடுகள்

அவை உட்பட எந்த நாடும் அதனை எதிர்க்கவில்லை. ஆனால் அவர்கள் அறிவித்திருப்பதற்கு, எரித்திரிய மக்கள் ஆதரவு தருகிறார்களா என்று ஐ.நாவால் வாக்கெடுப்பு நடத்தப்பட்டது. வாக்கெடுப்பில் 98.52 சதவீதம் எரித்திரிய மக்கள் ஆதரவை வழங்கினார்கள். எரித்திரியா தனிநாடாக ஆவதற்கு விருப்பத்தைத் தெரிவித்தார்கள். எனவே 20 ஆம் நூற்றாண்டின் இறுதியில் எரித்திரியா என்கிற ஒரு புதிய தேசம் பிறந்தது.

என்ன காரணத்தினாலோ, எரித்திரியா போன்ற நாடுகளுக்கு வழங்கப்பட்ட நீதி, இன்றுவரை ஈழத்திற்கு வழங்கப்படவில்லை.

அச்சும் பதிப்பும்

16 ஆம் நூற்றாண்டின் நடுவில் ஒரு நிகழ்ச்சி நடந்தது. வரலாற்றைச் சில நிகழ்ச்சிகள்தான் திருப்புகின்றன. எதிர் பாராமல் நடக்கின்ற சில நிகழ்வுகள் புதிய வரலாறுகளை உருவாக்கித் தருகின்றன. அப்படி உருவாக்கப்பட்ட ஒரு நிகழ்வு தான், அச்சுக் கலையினுடைய, பதிப்புத் துறையினுடைய தொடக்கமாக இந்தியா விலே அமைந்தது.

இந்தியாவிற்குள் அச்சு இயந்திரங்களின் வருகை ஒரு பெரும் அறிவுப் பாரட்சியை ஏற்படுத்தியது. கருத்துகளை பரப்புவதற்கான கருவிகளாக அவை பயன்பட்டன. அடிமைப்பட்டுக் கிடந்த ஒரு சமுகத்திலே விழிப்புணர்ச்சியும், மறுமலர்ச்சி யும் வருவதற்கு அச்சிலே ஏற்றப்பட்ட புத்தகங் கள் ஒரு பெரும் காரணமாக இருந்தன. இந்த அச்சும் பதிப்பும் எப்போது தமிழுக்குக் கிடைத்தன என்பன போன்ற வரலாற்றுச் செய்திகள் ஏராளமாக இருக்கின்றன. அவற்றை எல்லாம் தொகுத்து, ' அச்சும் பதிப்பும் ' என்கிற ஒரு பெரிய நூலை, பெரியவர் மா.சு.சம்பந்தம் நமக்குத் தந்திருக்கிறார்.

அச்சு தொடர்பாகவே அவர் இரண்டு மூன்று நூல்களை எழுதியிருக்கிறார். அச்சும் எழுத்தும் என்கிற ஒரு சிறிய நூல், அச்சுக்கலை என்கிற ஒரு நூல், அச்சும் பதிப்பும் என்கிற நூல், இப்படி

மூன்று நூல்களை அவர் தந்திருக்கிறார். அச்சும் பதிப்பும் என்கிற நூல் வெளிவந்து 30 ஆண்டுகள் ஆகிவிட்டன. இன்றைக்கு 88 வயதில் நம்மோடு வாழ்ந்துகொண்டிருக்கிற தமிழறிஞர் மா.சு.சம்பந்தனார், 30 ஆண்டுகளுக்கு முன்பாகவே இத்தனை செய்திகளையும் தொகுத்து வழங்கியிருக்கிறார். தமிழக அரசின் விருதுகளையும் அவர் பெற்றிருக்கிறார்.

முதன்முதலாக அச்சுக்கலை கண்டுபிடிக்கப்பட்டது சீனத்தில்தான் என்று கூறுகிறார்கள். கி.பி.1041 ஆவது ஆண்டில் சீனத்தினுடைய எழுத்துகளை சீனக் களிமண்ணால் செய்து, சுட்டு, அதைப் பதிக்க ஒருவர் முயற்சி செய்திருக்கிறார். இதுதான் முதல் தொடக்கம். சீன எழுத்துகளை நாம் அறிவோம். அவை ஒரு படங்களைப்போல இருக்கும். பிற மொழிகளினுடைய எழுத்துகளை அச்சிலே கொண்டுவந்தது எல்லாம் மிகப் பின்னாலேதான். முதன் முதலாக 15 ஆம் நூற்றாண்டின் மத்தியில் ஜெர்மனியைச் சேர்ந்த ஜான் கூடன் பர்க் என்பவர்தான் அச்சுக்கான தொடக்கநிலையைக் கண்டுபிடிக்கிறார். மரத்துண்டு களைக் கத்தியால் கீறி, கருப்பு மையிலே நனைத்து, வெள்ளை நிறத் துணியிலே அதை வைத்து அழுத்தி, உலகத்திலேயே முதன் முதலாக அச்சுத் துறைக்கான தொடக்கத்தை அவர் செய்திருக்கிறார். சீனத்தினுடைய முயற்சிகள் மிக மிகத் தொடக்கநிலையில் இருந்தன. ஜான் கூடன்பர்க்தான் அதை அடுத்த கட்டத்திற்குக் கொண்டுவந்தார். இது நடந்தது 15 ஆம் நூற்றாண்டினுடைய மத்தியில்.

15 ஆம் நூற்றாண்டின் இறுதியிலேதான் போர்ச்சுகீசியரான வாஸ்கோடகாமா இந்தியாவிலே கால் வைக்கிறார். அது 1498. இந்திய வரலாற்றில் அது ஒரு திருப்பம். ஒரு தனி மனிதன் ஒரு தேசத்தில் கால் வைத்த நிகழ்ச்சி அன்று அது. அதனால் நமக்கு விளைந்த நன்மைகளும் ஏராளம், தீமைகளும் ஏராளம். போர்ச்சுகீசியரான வாஸ்கோடகாமா கள்ளிக் கோட்டையிலே வந்து இறங்குகிறார். கிறித்துவ சமயத்தைப் பரப்புவதுதான் அன்றைக்கு அவர்கள் எல்லோருக்கும் நோக்கம். அதற்காகப் போர்ச்சுகீசிய நாட்டிலிருந்து அச்சு இயந்திரங்கள் பதிப்பகங்கள் எல்லாவற்றையும் வரவழைக்க வேண்டும் என்று அவர் கருதுகிறார். ஆசியாவைப்போலவே ஆப்பிரிக்காவிலும் பல

காலனி நாடுகளை ஐரோப்பிய நாடுகள் ஏற்படுத்தியிருந்தன. அங்கும் அச்சு இயந்திரங்களை அவர்கள் கொண்டு செல்ல விரும்பினர். அதனையொட்டி 16 ஆம் நூற்றாண்டின் நடுவில் ஒரு நிகழ்ச்சி நடந்தது. வரலாற்றைச் சில நிகழ்ச்சிகள்தான் திருப்புகின்றன. எதிர்பாராமல் நடக்கின்ற சில நிகழ்வுகள் புதிய வரலாறுகளை உருவாக்கித் தருகின்றன. அப்படி உருவாக்கப் பட்ட ஒரு நிகழ்வுதான், அச்சுக் கலையினுடைய, பதிப்புத்துறை யினுடைய தொடக்கமாக இந்தியாவிலே அமைந்தது.

போர்ச்சுகீசிய நாட்டிலிருந்து புறப்பட்டு ஆப்பிரிக்காவிலே இருக்கிற அபிசீனியாவை நோக்கி கப்பல் வந்து கொண்டிருந்தது. அந்தக் கப்பல் நிறைய, அச்சு இயந்திரங்கள், அதை அச்சிடத் தெரிந்த பாதிரியார்கள் எல்லோரும் இருந்தார்கள். ஆனால் வருகிற வழியில் காற்றும் புயலுமாக இருக்க, ஆப்பிரிக்காவின் அபிசீனியா நாட்டிற்குப் போக வேண்டிய கப்பல் வழிதவறி இந்தியாவை நோக்கி வந்து, கோவாவிலே கரைசேர்கிறது. கோவாவிற்கு அந்தக் கப்பல் வந்து சேர்ந்த ஆண்டு, மாதம், தேதி எல்லாவற்றையும் பெரியவர் மா.சு.சம்பந்தன் அவர்கள் சான்றுகளோடு அந்த நூலிலே எழுதியிருக்கிறார். அந்தக் கப்பல் இந்தியாவிற்கு வந்து சேர்ந்த ஆண்டு 1557. அப்போதுதான் அச்சகத்திற்குத் தேவையான இயந்திரங்கள் எல்லாம் இந்தியாவிலே முதன்முதலாக வந்து இறங்குகின்றன. ஆனால் என்னவொரு பெரிய வேடிக்கை நிகழ்ந்திருக்கிறது என்றால், அதற்கு 3 ஆண்டுகளுக்கு முன்பாகவே தமிழில் ஒரு துண்டறிக்கை வெளியிடப்படுகிறது. ஆனால் அது அச்சடிக்கப் பட்ட இடம் இந்தியா அன்று, போர்ச்சுக்கல். போர்ச்சுக்கல்லின் தலைநகரான லிஸ்பன் என்கிற ஊரில் 'சமய வினாவிடைகள்' என்கிற அந்தத் துண்டறிக்கைதான் முதன்முதலாக அச்சிடப்பட் டிருக்கிறது. அதற்குப் பிறகு கோவாவிற்கு வந்து இறங்கிய அந்த அச்சு இயந்திரம் மெல்ல மெல்லப் பரவுகிறது.

அவர்கள் அபிசீனியாவை விட்டுவிட்டு இந்தியாவிலேயே கருத்துகளைப் பரப்புவோம் என்று தொடங்குகிறார்கள். கொச்சியில், கொல்லத்தில் பிறகு தமிழகத்தில் முதன்முதலாக அச்சகம் எங்கே நிறுவப்பட்டது என்றால், 16 ஆம் நூற்றாண்டில் நெல்லை மாவட்டத்திலுள்ள புன்னைக்காயல் என்கிற இடத்தில்தான் அச்சுக் கூடம் நிறுவப்பட்டது. அந்த ஊர்தான் தமிழர்களுடைய வரலாற்றில் முதல் அச்சுக் கூடத்தைப் பார்த்த ஊர். அதற்கும் 100, 200 ஆண்டுகளுக்குப் பிறகுதான் மளமளவென்று அச்சிலே ஏற்றப்பட்ட நூல்கள் வெளிவந்தன. முதலில் வெளிவந்த எல்லா நூல்களும் கிறித்துவ சமயம் சார்ந்தவை. சின்னச் சின்னத் துண்டுப்பிரசுரங்கள், பிறகு தம்பிரான் வணக்கமென்றும், மற்ற சின்ன சின்னக் கதை நூல்களும் வெளிவந்து, அதற்குப்பிறகுதான் 1850களுக்குப் பிறகு,

தமிழ் இலக்கியங்கள் எல்லாம் அச்சேறுகின்றன. 1848இல் மணவை மகாலிங்க அய்யர் திருக்குறளையும், தொல்காப்பியத்தினுடைய எழுத்ததிகாரத்தை நச்சினார்க்கினியர் உரையோடும் பதிப்பிக்கிறார். தொடர்ந்து ஆறுமுக நாவலர், சி.வை. தாமோதரம் பிள்ளை, உ.வே.சாமிநாத அய்யர் என்று தொடர்ச்சியாகத் தமிழ் நூல்களை அச்சில் ஏற்றுகிறார்கள். ஓலைச் சுவடிகளில் இருந்த அந்த இலக்கியங்கள் எல்லாம் அச்சில் வந்ததற்குப் பிறகு தமிழர்கள் புது உணர்ச்சி பெறுகிறார்கள், புது மலர்ச்சி பெறுகிறார்கள். எனவே அச்சு இயந்திரங்கள் என்பவை அறிவுலகத்திலே பெரும் புரட்சியை ஏற்படுத்தி இருக்கின்றன.

ஒருவேளை புயலும் காற்றும் இல்லாமல் அந்தக் கப்பல் அபிசீனியாவிற்கே போயிருக்குமானால்,இந்தியாவில் இந்த அச்சுக் கலை வருவதற்கு இன்னும் பல ஆண்டுகள் காலம் தாழ்ந்திருக்கலாம். எப்படியோ நேர்ந்த ஒரு விபத்து நமக்கு வாய்த்த ஒரு நல்வாய்ப்பாக மாறியிருக்கிறது. இத்தனைச் செய்திகளையும் மிக நுட்பமாகத் தொகுத்து, இன்னும் பல்வேறு செய்திகளோடு இணைத்து ஒரு பெரிய நூலாகத் தந்திருக்கிற மா.சு.சம்பந்தனாருக்குத் தமிழ் உலகம் நன்றிக் கடன் பட்டுள்ளது.

சங்கர மடங்கள்

காஞ்சி சங்கர மடத்திலே பல கட்டுப்பாடுகள் தளர்த்தப்பட்டன. எந்த எல்லையில் இருந்து வேண்டுமானாலும் அந்த மடத்திற்குள்ளே வரலாம். பெண்கள் தாராளமாகச் சங்கர மடத்திற்குள்ளே வரலாம். சங்கராச்சாரியார்கள் கடல் கடந்து செல்லக் கூடாது என்னும் விதியும் மிக அண்மைக் காலத்தில் தளர்த்தப்பட்டது.

ஆதி சங்கரரைப் பிரசன்ன பௌத்தர் என்று வைணவர்கள் அழைப்பதுண்டு. ஆசையைத் துறப்பது, புலாலை மறுப்பது போன்றவைகளை எல்லாம் புத்தரிடத்திலிருந்துதான் ஆதி சங்கரர் எடுத்துக்கொண்டார் என்பதனாலே அவரை அவ்வாறு அழைப்பார்கள்.

அத்வைதம் என்ற கோட்பாட்டைக் கொஞ்சம் மாற்றி, புத்த மதத்திலிருந்துதான் அவர் பெற்றார் என்றும் அவர்கள் கூறுவார்கள். உலகத்திலிருக் கிற அனைத்தும் மாயை என்பதற்குப் பதிலாகக் கடவுளை தவிர அனைத்தும் மாயை என்று ஆதி சங்கரர் குறிப்பிட்டார். பிரசன்ன பௌத்தர் என்று சொன்னால் ஒரு மறைமுகமான பௌத்தர், அதாவது பௌத்த மதத்தின் கோட்பாடுகளை ஆதி சங்கரர் எடுத்துக்கொண்டு, அதை வேறு பெயரில் மறைமுகமாகச் சொல்லுகிறார் என்பது வைணவர்களினுடைய குற்றச்சாட்டு.

இரண்டு பேருக்கும் இன்னொரு ஒற்றுமையும் உண்டு. தன்னுடைய கருத்துகளைப் பரப்புவதற்காகப் புத்தர் எப்படிச் சங்கங்களை உருவாக்கினாரோ, அப்படித்தான் ஆதி சங்கரரும் மடங்களை உருவாக்கினார். இந்தியாவிலே நான்கு மடங்களை அவர் நிறுவினார் என்று கூறுவார்கள். திசைக்கு ஒன்றாக நான்கு மடங்களை அவர் நிறுவினார். வடக்கிலே பத்திரிநாத், மேற்கே துவாரகா, தெற்கிலே சிருங்கேரி, கிழக்கிலே பூரி என நான்கு மடங்கள்.

மேற்காணும் கூற்றை மறுக்கிறவர்களும் உண்டு. அவருடைய சீடர்கள்தான் மடங்களை உருவாக்கினார்களே தவிர அவர் உருவாக்கவில்லை என்று கூறுகிறவர்கள் இன்றைக்கும் இருக்கிறார்கள். காரணம், ஆதி சங்கரரினுடைய இறுதி நாட்கள் தெளிவாக இப்போதும் வரையறுக்கப்படவில்லை. அவர் எங்கே

இறுதியாகச் சமாதி நிலை அடைந்தார் என்பதனை யாரும் சொல்லவில்லை. அவருக்கு ஒரு கல்லறையோ அல்லது நினைவிடமோ எங்கும் இல்லை. 32வயதில் அவர் மறைந்துவிட்டார் என்று ஒரு கூற்று இருக்கிறது. 32வயது மட்டுமே இந்த உலகத்திலே வாழ்ந்திருப்பார் என்றால், அந்த 32வயதிற்குள் இந்தியா முழுவதும் சுற்றித் திசைக்கு ஒன்றாக நான்கு மடங்களை நிறுவியிருக்க முடியுமா என்பது ஒரு பெரிய கேள்விதான். இன்றைய விஞ்ஞான வளர்ச்சிகளெல்லாம் இல்லாத அக்காலத்தில், இன்றைக்கு இருப்பது போலப் போக்குவரத்து வசதி இல்லாத அக்காலத்தில், நான்கு திசைகளில் 32 வயதிற்குள் நான்கு மடங்களை உருவாக்கி இருக்க முடியாதுதானே!

அந்த மடங்களைச் சங்கரர் நிறுவினார் என்றே வைத்துக் கொண்டாலும், அந்த நான்கு மடங்களின் பட்டியல்களைப் பார்க்கும்போது, காஞ்சி மடத்தைக் காணவில்லையே என்ற கேள்வி நமக்கு வரும். ஆதி சங்கராருடைய மடம் காஞ்சியிலே இருக்கிறது என்றுதான் நாம் எல்லோரும் கருதுகிறோம். ஆனால் அந்த மடம் எப்பொழுது உருவாக்கப்பட்டது என்பதை அக்னி ஹோத்ரம் ராமானுஜம் தாத்தாச்சாரியார் மிக விரிவாகத் தன்னுடைய நூலிலே எழுதியிருக்கிறார்.

நான்கு மடங்கள் தான் முதலில் நிறுவப்பட்டன. தெற்கிற்கு அதாவது தமிழகம் உள்ளிட்ட தென்பகுதிகள் அனைத்திற்குமாகச் சேர்த்து, கர்நாடகத்தின் மத்தியப் பகுதியிலே இருக்கிற சிருங்கேரியிலேதான் மடம் உருவாயிற்று. அந்த மடத்துக்குத்தான் எல்லோரும் போய்க்கொண்டிருந்தார்கள். ஆனால் அங்கே பல கட்டுப்பாடுகள் இருந்தன. அந்த மடத்திற்கு வந்த பெண்கள் தடுக்கப்பட்டார்கள். காரணம், ஆதிசங்கரரினுடைய உபதேசங் களின் படி, மூன்றை அவர்கள் துறந்திருக்க வேண்டும். தனம், பாரியாள், புத்திரர் என்று வடமொழியிலே அவர்கள் சொல்கிற, செல்வத்தை, இல்லற சுகத்தை, குழந்தைகளைத் துறந் தவர்கள்தான் ஆதிசங்கரரைப் பின்பற்ற முடியும். ஆகவே பெண்களும் அங்கே புறக்கணிக்கப்பட்டார்கள்.

அதற்குப் பிறகு தென்னிந்தியாவிலே இருந்து வந்த பிராமண வகுப்பைச் சேர்ந்தவர்களும் சிருங்கேரி மடத்திற்குள்ளே

அனுமதிக்கப்படவில்லை. எங்களை ஏன் அனுமதிக்க மறுக்கிறீர்கள் என்று கேட்டபோது, 'நீங்கள் எந்தக் கோத்திரமாக இருந்தாலும் சரி, எந்த வேதப் பிரிவாக இருந்தாலும் சரி, உங்களை அனுமதிக்க முடியாது' என்று அவர்கள் சொன்னார்கள்.

பழைய சங்கர மடங்களில், உள்ளே சமையல் செய்வது கூடக் கிடையாது. அங்கே இருக்கிற சந்நியாசிகள் எல்லோரும் பிச்சாந்தேகிகளாய்த்தான் இருக்கவேண்டும். பசிக்கிறபோது வெளியே போய்ப் பிச்சை எடுத்து உண்ண வேண்டுமே தவிர, அடுத்த வேளை உணவுக்காக ஒரு பருக்கை நெல்லைக் கூடச் சேர்த்து வைத்துக்கொள்ளக் கூடாது என்பதுதான் அங்கே விதியாக இருந்தது. எனவே பிச்சாந்தேகிகளுக்குச் சமையலறை தேவையில்லை. அதனால் பெண்களின் உதவியும் அவர்களுக்குத் தேவைப்படவில்லை.

இந்நிலையில், தமிழ்நாட்டிலே இருந்து வருகின்ற எவருக்கும் இடமில்லை என்று சொன்னபோது, கோபப்பட்டுக் குமுறி எழுந்து நாம் நமக்கென்று தனியாக ஒரு மடத்தை அமைத்துக் கொள்ளலாம என்று 600 ஆண்டுகளுக்கு முன்னால் தமிழ் நாட்டுப் பிராமணர்கள் முடிவெடுத்தனர். அதன்படி கும்பகோணத்தில் முதன் முதலாக ஒரு மடம் நிறுவப்பட்டது. அந்தக் கும்பகோண மடம் சென்ற நூற்றாண்டின் மையப் பகுதி வரையிலே இருந்தது. அண்ணல் காந்தியடிகள் மூன்று முறை சங்கர மடத்தினுடைய பெரியவரைச் சந்தித்திருக்கிறார். மூன்று சந்திப்புகளும் கும்பகோணத்திலேதான் நிகழ்ந்திருக்கின்றன.

கும்பகோணத்திலே இருந்து அம்மடம் காஞ்சிக்கு வந்தது பிறகுதான். அதற்கான ஒரு விசித்திரமான காரணத்தையும் தாத்தாச்சாரியார் குறிப்பிடுகிறார். அந்தந்தச் சங்கர மடங்கள் அந்தந்தப் பகுதியிலேதான் கருத்துப் பரப்ப வேண்டும். அவர்களுடைய அடிப்படை நோக்கமே, ஆங்கிலத்திலே மிசினரி என்று சொல்லுகிறோமே அதைப் போல, கருத்துகளைப் பரப்புவதுதான். ஆனால் பூரி சங்கராச்சாரியார் சென்னைக்கு வந்து அவருடைய கருத்துகளைப் பரப்பத் தொடங்கினார். நாம் மிகவும் உள்ளே தள்ளிக் கும்பகோணத்திற்கு வந்துவிட்ட தனாலேதான், இன்னொரு எல்லையில் இருந்து அவர் இங்கே

வரமுடிகிறது என்று கருதிய கும்பகோண மடத்தினர், சென்னைக்கு அருகிலே போய் ஒரு மடத்தை அமைத்துக் கொள்ள வேண்டும் என்று முடிவெடுத்தனர். அதன் விளைவாகக் காஞ்சி மடம் உருவாக்கப்பட்டது என்கிற செய்தியை அவர் தருகிறார். எனவே காஞ்சி சங்கர மடம் என்பது மிகவும் பிற்காலத்திலே உருவான மடம்.

இந்த மடத்திலே பல கட்டுப்பாடுகள் தளர்த்தப்பட்டன. எந்த எல்லையில் இருந்து வேண்டுமானாலும் அந்த மடத்திற்குள்ளே வரலாம். பெண்கள் தாராளமாகச் சங்கர மடத்திற்குள்ளே வரலாம். அதுமட்டுமல்லாமல் வேறு சமுகத்தைச் சார்ந்தவர்களும் மெல்ல மெல்ல அனுமதிக்கப்பட்டார்கள். இப்படி விதிகள் தளர்த்தப்பட்டன. சங்கராச்சாரியார்கள் கடல் கடந்து செல்லக் கூடாது என்னும் விதியும் மிக அண்மைக் காலத்தில் மீறப்பட்டது. ஜெயேந்திர சரஸ்வதி சங்கராச்சாரியார் சீனா செல்வதற்கு அனுமதி (விசா) கேட்டு விண்ணப்பித்தார்.

இவ்வாறு விதிகள் தளர்த்தப்படுவதை, சங்கரராமன் போன்றவர்கள் எதிர்த்தார்கள். சங்கராச்சாரியார்கள் கடல் கடந்து பயணம் செய்யக் கூடாது என்றும், சங்கர மடத்திற்குள் பெண்கள் நுழைய அனுமதிக்கக் கூடாது என்றும் சங்கரராமன் வெளிப்படையாகவே பேசி வந்தார்.

சில ஆண்டுகளுக்கு முன்பு, அந்த சங்கரராமன் கொலை செய்யப்பட்டதையும், அந்தக் கொலை வழக்கு இப்போதும் நிலுவையில் உள்ளதையும் நாம் அறிவோம்.

நேருவும் காஷ்மீர்ச் சிக்கலும்

காஷ்மீர்ச் சிக்கலுக்கு நல்ல முடிவொன்று வரப்போகிறது என்னும் நம்பிக்கை அனைவரிடமும் ஏற்பட்டது. நேரு, ஷேக் அப்துல்லா, அயூப் கான் மூவருமே ஏற்றுக் கொண்டு விட்டால், பிறகு வேறு என்ன தடை இருக்கப் போகிறது?

இந்தியாவின் முன்னாள் தலைமை அமைச்சர் நேருவின் இறுதி நாள்கள் வரலாற்று முக்கியத் துவம் வாய்ந்தவை.

இறுதி நாள்வரை அவர் நல்ல உடல் நலத்துடன் இருந்தார் என்றும், 1964 மே 27 அன்று அவர் திடீரெனக் காலமாகிவிட்டார் என்றும் கூறப்படுகிறது. இன்னும் நெடுநாள் நான் உயிருடன் இருப்பேன் என்று அவரும் ஒரு பேட்டியில் கூறினார்.

எனினும், உண்மைகள் வேறு மாதிரியாக இருந்தன. 1963 ஆம் ஆண்டு இறுதியிலேயே அவருடைய உடல்நலம் பாதிப்பு அடையத் தொடங்கிவிட்டது. அதனால்தான் அவர் அவசரமாகச் சில முடிவுகளை எடுத்தார். நாகாலாந்தைத் தனி மாநிலமாக ஏற்பதில் உடன்பாடு இல்லாமல் இருந்த அவர், 1963 திசம்பரில் அதற்கு ஒப்புதல் அளித்தார்.

1964 சனவரி, புவனேஸ்வரில் நடைபெற்ற காங்கிரஸ் மாநாட்டு மேடையில் அவர் சரிந்து விழுந்தார். முதல் உதவிக்குப் பின் புதுதில்லி கொண்டு செல்லப்பட்ட அவரைச் சோதித்த மருத்துவர்கள் லேசான பக்கவாதத்தால் அவர் பாதிக்கப்பட்டுள்ளதாகக் கூறினார்கள். அதன்

பிறகு, அவர் சுற்றுப்பயணங்களை வெகுவாகக் குறைத்துக் கொண்டார். காஷ்மீர்ச் சிக்கலில் சரியான முடிவு எடுக்கவேண்டும் என்ற எண்ணம் அவருக்கு ஏற்பட்டது. லால்பகதூர் சாஸ்திரியுடன் கலந்துரையாடினார். சனவரி இறுதியில், சாஸ்திரியைக் காஷ்மீருக்கு அனுப்பி வைத்தார். சாஸ்திரி மீது அவருக்குப் பெரும் நம்பிக்கை இருந்தது. இரண்டு பேரும், விடுதலைப் போராட்டக் காலத்தில், ஒரே சிறையில் இருந்தவர்கள்.

சாஸ்திரி, காஷ்மீர் சென்று வந்த பிறகு, நிலைமைகளில் விரைவான மாற்றங்கள் ஏற்பட்டன. பல ஆண்டுகளாகச் சிறையில் இருந்துவரும், காஷ்மீர் விடுதலைப் போராட்டத் தலைவர், ஷேக் அப்துல்லாவை விடுதலை செய்வது என்று முடிவானது. அதன்படி, 1964 ஏப்ரல் 9 ஆம் நாள், ஜம்மு சிறையிலிருந்து ஷேக் விடுதலை ஆனார்.

சிறையிலிருந்து வெளிவந்த அவருக்கு மக்கள் பெரும் வரவேற்பு அளித்தனர். ஸ்ரீநகர் பொதுக் கூட்டத்தில் மட்டும், ஏறத்தாழ 5 இலட்சம் மக்கள் கூடினர் என்று செய்திகள் கூறுகின்றன.

தன்னை நேரில் வந்து சந்திக்குமாறு நேரு, ஷேக்கிற்கு அழைப்பு விடுத்தார். அவரும் அதனை ஏற்றுக் கொண்டார். ஈத் பெருநாள் முடிந்த பிறகு, தில்லி வருவதாகச் செய்தி அனுப்பினார்.

ஏப்ரல் 29 ஆம் நாள் அந்தச் சந்திப்பு நடைபெற்றது. வரலாற்றுப் புகழ்மிக்க அந்தச் சந்திப்பு, 5 நாள்கள் நீடித்தது. ஷேக், தீன்மூர்த்தி இல்லத்திலேயே தங்கினார். ஒவ்வொரு நாளும், அங்கு சந்திப்பும், பேச்சு வார்த்தைகளும் நடந்தன. ஜனசங்கம் (இன்றைய பி.ஜே.பி) போன்ற ஒரு சில கட்சிகள், அந்தச் சந்திப்பை எதிர்த்தபோதும், நேருவை எதிர்க்கும் ராஜாஜி போன்ற தலைவர்களே அதனை வரவேற்றனர்.

ஷேக் அப்துல்லா, பிறகு சென்னைக்கே வந்து, மே 5 ஆம் தேதி ராஜாஜியைச் சந்தித்து நன்றி தெரிவித்தார்.

நாடு முழுவதும் நல்ல நம்பிக்கைகள் பரவின. மே 22 அன்று நடைபெற்ற பத்திரிகையாளர் சந்திப்பில், இது குறித்து நிருபர்கள் நேருவிடம் கேட்டனர். "பொறுத்திருங்கள், நல்ல செய்திகளை,

முடிவான பின்பு கூறுகின்றோம்" என்றார். அதுவே நேருவின் கடைசிப் பத்திரிகையாளர் சந்திப்பு.

பிறகு, இன்னொரு வரலாற்றுச் சிறப்பு மிக்க சந்திப்பு நிகழ்ந்தது. நேருவின் உடன்பாட்டுடன், ஷேக் அப்துல்லா பாகிஸ்தான் சென்று, அன்றைய அதிபர் அயூப் கானைச் சந்தித்துப் பேசினார். மே 25, 26 ஆகிய இரண்டு நாள்களிலும் அவர்கள் கலந்துரையாடினர்.

வெளியில் வந்த ஷேக்கைப் பத்திரிகையாளர்கள் பேட்டி கண்டபோது, "என் மலர்ந்த முகமே, உங்களுக்குச் செய்தி சொல்லவில்லையா?" என்று கேட்டார். விரைவில் தில்லி சென்று

நேருவைச் சந்தித்துவிட்டுப் பத்திரிகையாளர்களுடன் பேசுவதாகக் கூறினார்.

காஷ்மீர்ச் சிக்கலுக்கு நல்ல முடிவொன்று வரப்போகிறது என்னும் நம்பிக்கை அனைவரிடமும் ஏற்பட்டது. நேரு, ஷேக் அப்துல்லா, அயூப் கான் மூவருமே ஏற்றுக் கொண்டுவிட்டால், பிறகு வேறு என்ன தடை இருக்கப் போகிறது?

ஆனால், எவரும் எதிர்பார்க்காத வண்ணம், மறுநாள், (மே 27, 1964) நேரு காலமான செய்தி இந்தியாவை உலுக்கியது. அந்த முயற்சிகள் அப்படியே நின்றுபோய் விட்டன. என்ன நடந்தது என்பதை ஏனோ யாரும் வெளியில் சொல்லவில்லை.

நேரு இன்னும் ஓரிரு மாதங்களோ, ஓரிரு வாரங்களோ கூட இல்லை, ஓரிரு நாள்கள் உயிரோடு இருந்திருப்பாரெனில், காஷ்மீர்ச் சிக்கலில் நல்ல திருப்பம் ஒன்று ஏற்பட்டிருக்கக் கூடும் என்று எண்ணுவதற்கு இடமிருக்கிறது.

ஈழத்தின் முதல் பலி

வைணவர் கோயிலுக்கு முன்னால் சமபந்தி போஜனத்தை மாணவனாக இருக்கிறபோதே அவன் நடத்தியிருக்கிறான். அன்றைக்கு யாழ்ப்பாணத்திலே ஜாதிய ஏற்றத்தாழ்வுகள் மிகக் கடுமையாக இருந்தன. தமிழ்நாட்டிலே இன்றைக்கு இருப்பதைக் காட்டிலும் அது கூடுதலாக அன்றைக்கு அங்கே இருந்தது.

ஈழத்தில் குப்பி கடித்து இறந்து போன இளைஞர்களின் எண்ணிக்கை ஏராளம். அந்த மாவீரர்கள் கணக்கில் அடங்காதவர்கள். அவர்களுக்கெல்லாம் முதல் விதையாய்க் குப்பி கடித்து இறந்து போன மாவீரனின் பெயர் சிவகுமாரன்.

1974ஆவது ஆண்டு ஜூன் மாதம் அந்த முதல் இறப்பு நிகழ்ந்தது. சிவகுமாரனுடைய வாழ்க்கையை நாம் பார்க்கிறபோது, அந்த இளைஞர்கள் எப்படி இயல்பான வாழ்விலிருந்து மாற்றப் பட்டார்கள் என்பதை நாம் அறிகிறோம். இயல்பாக, சமூக உணர்வுள்ளவர்களாக, படிப்பிலே நாட்டம் உள்ளவர்களாக இருந்த அந்த இளைஞர்கள் மெல்ல மெல்ல அரசின் கொடுமைகளால் திசை மாற்றப்பட்டிருக்கிறார்கள் என்பதுதான் உண்மையான செய்தியாக இருக்கிறது.

இறந்துபோன அந்த சிவகுமாரனோடு சேர்ந்து படித்த, சேர்ந்து வாழ்ந்த கி.பி.அரவிந்தன் என்கிற நண்பர் இன்றைக்கு பாரிசிலே வாழ்ந்து கொண் டிருக்கிறார். அவர் 'இருப்பும் விருப்பும்' என்று மிக அண்மையிலே எழுதி வெளியிட்டிருக்கிற நூலில்,

அவரைப் பற்றிய பல செய்திகளைக் குறிப்பிட்டிருக்கிறார். அதில் ஒரு கட்டுரை சிவகுமாரனைப் பற்றியது. அதிலே அவர் சொல்லியிருக்கிற பல செய்திகள் நாம் அறிந்து கொள்ள வேண்டியவையாக இருக்கின்றன. உரும்பிராய் என்கிற ஊரிலே பிறந்த சிவகுமாரனுடைய இயற்பெயர் திரவியம்.

அவன் படிக்கிற காலத்திலேயே, சமூக அக்கறை உள்ளவனாக இருந்திருக்கிறான். ஈழ விடுதலை என்கிற எல்லைக்கெல்லாம் போவதற்கு முன்பு, சமூக விடுதலை என்பதே அவன் எண்ணமாக இருந்திருக்கிறது. இரண்டு செய்திகளை அவர் குறித்திருக்கிறார். ஒன்று உரும்பிராயிலே இருக்கிற வைணவர் கோயிலுக்கு முன்னால் சமபந்தி போஜனத்தை மாணவனாக இருக்கிறபோதே அவன் நடத்தியிருக்கிறான். அன்றைக்கு யாழ்ப்பாணத்திலே ஜாதிய ஏற்றத்தாழ்வுகள் மிகக் கடுமையாக இருந்தன. தமிழ்நாட்டிலே இன்றைக்கு இருப்பதைக் காட்டிலும் அது கூடுதலாக அன்றைக்கு அங்கே இருந்தது. எனவே அந்த ஏற்றத் தாழ்வுகளை எதிர்த்து, ஒடுக்கப்பட்ட மக்களுக்கு ஆதரவாய், மனிதர்கள் எல்லோரும் சமம் என்கிற அடிப்படையில், மாணவர்களாக முன்வந்து அந்த வைணவர் கோயிலுக்கு முன்னால் சமபந்தி போஜனத்தை நடத்தியிருக் கிறார்கள். அதுவே கடும் எதிர்ப்புக்கு உள்ளாகி யிருக்கிறது.

அதற்குப் பிறகு ஒரு குறிப்பிட்ட ஜாதியினர்தான் பறையடிக்க வேண்டும் என்கிற சமூகக் கொடுமையை எதிர்த்து, அந்தப் பறையையே உரும்பிராய்ச் சந்தியிலே வைத்து அவன் உடைத்து எறிந்திருக்கிறான். அது இரண்டாவது நிகழ்வு. ஒரு சமூக விடுதலைப் போராளியாகத் தொடங்கி, மார்க்சியக் கருத்துகளால் கவரப்பட்டு, கம்யூனிச் சிந்தனையோடு அவன் உருவாகி இருக்கிறான். 17, 18 வயதாக இருக்கிறபோது, கல்லூரியிலே படித்துக் கொண்டிருக்கிற காலத்திலேயே அவன் கம்யூனிசக் கொள்கையால் கவரப்பட்டிருக் கிறான். லுமூம்பா பல்கலைக்கழகத்திலே படித்து இடைநிறுத்தம் செய்யப்பட்ட மோகன விஜயவீரா, இலங்கையிலே கம்யூனிஸ்டு கட்சியிலே சேர்ந்து வேலை பார்த்ததைக் கண்டு, அவராலே ஈர்க்கப்பட்டு, தானும் ஒரு பொதுவுடைமையாளனாக வரவேண்டும் என்கிற எண்ணம் உடையவனாக வளர்ந்தி ருக்கிறான்.

ஜாதிய ஒடுக்குமுறைக்கான எதிர்ப்பு, சமூக சமத்துவத்துக்கான எண்ணம் போன்ற சிந்தனைகளில் வளர்ந்த அவனுக்குக் காலம் வேறு திசைகளைக் காட்டியிருக்கிறது. 1972இல் அங்கே ஒரு புதிய குடியரசுச் சட்டம் நிறைவேற்றப்பட்டிருக்கிறது. அதுதான் இலங்கையை பௌத்தக் குடியரசாக அறிவித்தது. 72ஆம் ஆண்டு மே மாதம் 22ஆம் தேதி நிறைவேற்றப்பட்ட அந்த அரசமைப்பு யாப்புக்குப் பிறகு, இன்றைக்கு வரைக்கும் அதுதான் நடைமுறை யிலே இருக்கிறது. அந்தச் சட்டத்தினால் தமிழர்கள் இரண்டாம் நிலைக் குடிமக்களாக ஆக்கப்பட்டார்கள் என்பதுதான் வெளிப்படையான உண்மை.

அந்தச் சட்டத்தை நிறைவேற்றுவதற்கு இலங்கை சமசமாஜ கட்சி (சமசமாஜ கட்சி என்பதும் கம்யூனிஸ்டு கட்சியினுடைய இன்னொரு பிரிவுதான்)யின் தலைவராக இருந்த சில்வா போன்றவர்கள் ஆதரவு தெரிவிக்கிறார்கள் என்பதை அறிந்தபோதுதான், சிவகுமாரன் போன்ற இளைஞர்களுடைய மனநிலை மாறுகிறது. சிவகுமாரன் என்கிற இளைஞன் ஒரு குறியீடுதான். அந்த காலத்திலே ஏராளமான இளைஞர்கள் இத்தகைய மனமாற்றத்திற்கு உள்ளானார்கள்.

பொதுவுடைமைக் கட்சியாளர்கள் உண்மையான பொதுவுடைமைக கருத்துக்களைப் பரப்பவில்லை. மாறாக அந்தக் கட்சியின் பெயரால் இன வாதத்தைத்தான் முன்னெடுக்கிறார்கள் என்கிற தெளிவு வந்தபின்பு, ஈழவிடுதலைதான் தீர்வு என்கிற எண்ணம் அந்த இளைஞர்கள் மத்தியிலே வருகிறது. அது

மட்டுமல்லாமல் அதுவரை அகிம்சை முறையிலே போராடிக் கொண்டிருந்த இளைஞர்கள், 70களுக்குப் பிறகுதான் மெல்ல மெல்ல ஆயுதம் ஏந்துகிறவர்களாக மாறுகிறார்கள். அப்படி மாறிய முதல் அணியில் சிவகுமாரன் இருக்கிறான். அவனும் சத்தியசீலன் என்கிற நண்பரும் இணைந்துதான் அன்றைக்குக் கல்வியைத் தரப்படுத்துதல் என்ற சிங்கள இனத்துக்கு ஆதரவான அந்தச் சட்டத்தை எதிர்த்து, ஒரு மாணவர் பேரவையை உருவாக்கு கிறார்கள். அந்த மாணவர் பேரவைதான் இளைஞர்களுடைய போராட்டக் குழுவிற்கான முதல் தொடக்கம் என்று நாம் சொல்லலாம். அந்தப் பேரவையினுடைய அமைப்பாளர்களிலேயும் ஒருவராக இருக்கிற சிவகுமாரன், வெறும் ஈழ விடுதலை என்பது மட்டுமல்ல, ஈழ மக்களிடத்திலே இருக்கிற சமூக மாற்றத்திற்கும் பணியாற்ற வேண்டும் என்று கருதுகிறான். அவன் கையிலே ஆயுதம் எடுத்தபோது சிங்கள அரசு கண்காணிக்கத் தொடங்குகிறது.

அன்றைக்கு யாழ்ப்பாணத்தினுடைய மேயராக இருந்த துரையப்பாவினுடைய காருக்குக் குண்டு வைத்தது, சந்திரசேகரா என்கிற காவல் அதிகாரியைக் கொலை செய்ய முயற்சித்தது போன்ற காரணங்களுக்காகச் சிவகுமாரனைக் காவல்துறை தேடுகிறது. அவரைக் கைது செய்து சில காலம் சிறையிலேயும் வைத்திருக்கிறது. முதலில் சிவகுமாரன் அனுராதபுரம் சிறையிலும், பிறகு யாழ்ப்பாணம் சிறையிலும் ஓரிரு ஆண்டுகள் இருக்கிற அனுபவமும் நேர்கிறது. ஆனால் சிறையிலே இருக்கிறபோதும், போர்க்குணம் மாறாதிருந்த சிவகுமாரன் வெளியில் வந்த பின் அதே பணிகளைத் தொடர்கிறான்.

74ஆவது ஆண்டு யாழ்ப்பாணத்திலே உலகத் தமிழர் மாநாடு நடைபெறுகிறது. அந்த மாநாட்டுக்கு யாழ்ப்பாணத்திலே இடமில்லை என்று முதலில் மறுக்கிறார்கள். அதையும் மீறி அந்த மாநாடு நடைபெறுகிறபோது, அங்கே மிகக் கடுமையான தாக்குதல் நடைபெற்று, மின்சாரக் கம்பிகள் அறுக்கப்பட்டன. அந்த மின்சாரக் கம்பிகளினுடைய அதிர்ச்சிக்கு உள்ளாகி, மாநாட்டினுடைய இறுதி நாளில் 9 பேர் பலியாகிறார்கள். அதுதான் இளைஞர்களிடத்திலே ஒரு பெரிய எழுச்சியை ஏற்படுத்துகிறது.

இனிமேல் அகிம்சை ஒத்துவராது என்கிற முடிவோடு சிவகுமாரன் தன்னுடைய ஆயுதப் போராட்டத்திலே இறங்குகிறான். ஆனால் உரும்பிராய் நகரத்தையே காவல்துறை சுற்றி வளைக்கிறது. ராணுவம் முழுக்கவும் ஒரு மனிதனைத் தேடுவதில் மும்முரமாகி, அந்த ஊரையே முற்றுகைக்கு உள்ளாக்குகிறது.

தப்பியோட இளைஞர்கள் முயல்கிறார்கள். ஆனாலும் நீர்வேலி என்கிற இடத்திற்குப் போகிறபோது ராணுவம் ஏறத்தாழ முழுமையாகச் சுற்றி வளைக்கிறது. அந்த நாள், 1974 ஜூன் 5.

ராணுவமும், காவல்துறையும் தன்னை நெருங்கிக் கொண்டிருப்பதை அறிந்த சிவகுமாரன் தன் கழுத்திலே கட்டியிருந்த குப்பியை எடுத்துக் கடிக்கிறான். அந்த மாவீரனின் வாழ்க்கை 24 அகவையோடு முடிந்துபோகிறது.

ஈழத்தின் முதல் பலி, வரலாற்றில் பதிவாகிறது.

சமூக இழிவு நீங்கிய நாள்

எந்த உரிமையும் நமக்கு எளிதில் வந்து விடவில்லை. போராடிப் போராடித்தான் சமூக இழிவுகளைத் திராவிட இயக்கம் நீக்கியது என்பதை அடுத்த தலை முறைக்கு நாம் அடிக்கடி சொல்ல வேண்டி யிருக்கிறது.

டிசம்பர் 8 ஆம் நாளுக்கு தமிழக வரலாற்றில் ஒரு முதன்மை உண்டு. தமிழர்களின் மீது சுமத்தப்பட்ட பல்வகையான இழிவுகளில் ஒன்று, ஒழியத் தொடங்கிய நாள் டிசம்பர் 8. எழுபது ஆண்டுகளுக்கு முன்னால், உணவகங்களில் அனைத்துச் சாதியினரும் ஒன்றாக அமர்ந்து உணவு உண்ண இயலாது. குறிப்பாக, தொடர் வண்டி நிலையங்களில் இருந்த உணவகங்களில் இந்த விதி மிகக் கண்டிப்பாகப் பின்பற்றப் பட்டது. அந்த வைதீகப் போக்கில் ஒரு தளர்ச்சி ஏற்பட்ட நாள் என்று இதனைக் கூறலாம்.

அன்றைக்குத் தொடர்வண்டி நிறுவனம், தென்னிந்தியாவில் இரண்டு தனியார் நிறுவனங் களின் கட்டுப்பாட்டில் இருந்தது. அவற்றை ஆங்கிலத்தில், S.I.R. என்றும், M.S.M. என்றும் அழைத்தனர். இரண்டு நிறுவனங்களுமே, உணவகங்களின் வாயிலில் இரண்டு பலகை களைத் தொங்கவிட்டிருந்தன. ஒன்றில், 'பிராமணாள்' என்றும், இன்னொன்றில் 'இதராள்' என்றும் எழுதப்பட்டிருக்கும்.

அனைவரும் ஒன்றாக அமர்ந்து கலந்து உண்ணல் இயலாது என்பது மட்டுமன்று, நுழைவாயில்கூடத் தனித்தனியானதுதான் என்பதை அந்தப் பலகைகள் உணர்த்தின. இதராள் என்றால், பார்ப்பனர் தவிர்த்த அனைவரும் என்று பொருள். சூத்திரர், பஞ்சமர் என்ற வேறுபாடுகள் ஏதுமில்லை. சூத்திரர்களிலும், சைவர்கள், செட்டியார்கள், முதலியார்கள் போன்றோர் தங்களை உயர்ந்தவர்கள் என்று கருதிக்கொண்டிருப்பதையும், வறட்டுக் கவுரவத்தை வளர்த்துக் கொண்டிருப்பதையும் பார்க்கிறோம். ஆனால் அவாள் பார்வையில் அனைவரும் இதராள்தான்.

இந்த இழிவை எதிர்த்து, முணுமுணுப்புகள் முதலில் தொடங்கின. அவை மெல்ல மெல்ல எதிர்ப்புக் குரல்களாக மாறின. சேர்ந்து உண்ணும் தகுதிகூட எங்களுக்கு இல்லையா

என்ற ஏக்கக் குரல்களும் வெளிப்பட்டன. அந்தக் கட்டத்தில், அந்தப் போராட்டத்தை தந்தை பெரியார் அவர்கள் கையில் எடுத்துக் கொண்டார்.

1937 முதல் 39 வரை, தமிழகமெங்கும் முதல் இந்தி எதிர்ப்புப் போராட்டம் கொழுந்துவிட்டு எரிந்த நேரம். அது முடிந்த பின், 40 ஆவது ஆண்டின் இறுதியில் இப்போராட்டம் தொடங்கிற்று. சுயமரியாதை இயக்கமும், நீதிக்கட்சியும் ஒருங்கிணைந்து, 1938 இல் நீதிக்கட்சியின் தலைவராகப் பெரியார் தேர்ந்தெடுக்கப் பட்டபின் நடைபெற்ற போராட்டம் இது.

போராட்டம் வலிமை பெறத் தொடங்கிய வேளையில், இரண்டு நிறுவனங்களில் ஒன்றான M.S.M., அந்தப் பலகைகளை அகற்றி விடுவதாக அறிவித்தது. அந்த அறிவிப்பு வெளியிடப் பட்ட நாள் 1940 டிசம்பர் 8.

உடனடியாகப் பெரியார் தனது நாளேட்டில் அந்த நிறுவனத்திற்கு நன்றி தெரிவித்துத் தலையங்கம் எழுதினார். மக்களின் குரலை மதித்து, பல்லாண்டு காலமாக இருந்து வரும் இழிவை நீக்க முன்வந்துள்ள அவர்களின் போக்கை வரவேற்றார். அதே வேளையில், இன்னும் அப்பலகைகளை நீக்க மறுக்கும் இன்னொரு நிறுவனத்திற்கு மிகக் கடுமையான கண்டனத்தை வெளியிட்டார். விரைவில் அப்பலகைகளை நீக்கவில்லை என்றால், போராட்டம் கடுமையாகும் என்னும் எச்சரிக்கையையும் விடுத்தார்.

அந்நிறுவனம், பெரியாரின் அறிக்கைக்கு மறுப்பறிக்கை தந்தது. எவர் ஒருவரையும் இழிவுபடுத்தும் நோக்கம் தங்களுக்கு இல்லை என்றும், எல்லோரும் சேர்ந்துண்ணலாம் என்று அறிவித்தால், வைதீக யாத்ரீகர்கள் யாரும் தங்கள் உணவகங் களுக்கு வரமாட்டார்கள் என்றும், அதனால் தங்களுக்குப் பெரிய பொருளாதார நட்டம் ஏற்படும் என்றும் அந்த அறிக்கையில் சொல்லப்பட்டிருந்தது. மிகச் சரியான விடையை உடனே பெரியார் அளித்தார். பொதுவாக, மொத்தப் பயணிகளில் ஸ்தல யாத்திரை போகும் பயணிகள் குறைவானவர்களே என்பதும், அவர்களுள் மிக வைதீகமான யாத்ரீகர்கள் மிகமிகக் குறைவானவர்களே என்பதும் அனைவரும் அறிந்த உண்மை என்று பெரியார் அறிக்கையில் குறிப்பிடப் பட்டிருந்தது. மேலும்,

அப்படிப்பட்ட வைதீக யாத்ரீகர்கள் ஒரு நாளும் வெளி உணவகங்களில் உணவுண்ணும் பழக்கமற்றவர்கள் என்பதையும் பெரியார் சுட்டிக்காட்டியிருந்தார்.

திரும்பும் திசையெல்லாம் உணவகங்கள் பெருகியுள்ள, ஓடும் தொடர்வண்டிகள் கூட உணவகங்களைக் கொண்டுள்ள இன்றைய நாளிலும், தங்கள் உடல் நலம் கருதி, தங்களின் உணவை வீட்டிலிருந்தே கொண்டு வந்துவிடுகின்றவர்களை நாம் பார்க்கின்றோம். உணவகங்கள் மிகமிகக் குறைவாக இருந்த அன்றைய காலகட்டத்தில், மிகப்பலரும் வீட்டு உணவையும், ஒரு கூஜாவில் தண்ணீரையும் பயணங்களில் கொண்டு செல்லும் பழக்கமுடையவர்களாகவே இருந்தனர். அந்நிலையில், வைதீகர்கள் வெளியார் சமைத்த உணவை உண்ணும் இயல்பற்றவர்கள் என்பதும் அன்றைய நடைமுறை.

இவ்வாறு தெளிவாக நிலைமையை விளக்கிய பின்னும், S.I.R. நிறுவனம் பணிய மறுத்தது. அந்த நிறுவன உணவகங் களின் முன்பு ஆர்ப்பாட்டங்கள் நடைபெற்றன. தோழர்கள் சிலர் மறியலும் செய்தனர். இழிவை நீக்கு என்னும் குரல் எல்லாத் திசைகளிலும் எழுந்தது. அந்த நிறுவனத்தின் போக்கைக் கண்டித்து 1941 மார்ச் 23 ஆம் நாள் கரூரில் மாநாடு ஒன்று கூட்டப்பெற்றது. மாநாட்டிற்குப் பிறகு விளைவுகள் என்னவாக இருக்குமோ என்ற அச்சம் அந்நிறுவனத்தைப் பிடித்து ஆட்ட, மார்ச் 20ஆம் தேதியே, பலகைகள் நீக்கப்படும் என்னும் அறிவிப்பு வெளியானது. மாநாட்டுத் திடல் எங்கும் மகிழ்ச்சி அலைகள். பலரும் பெரியாரைப் பாராட்டிப் பேசினர். ஈழத்தடிகளின் பாராட்டுரை மிகச் சிறப்பாக அமைந்தது.

பெரியாரும், அண்ணாவும் வரும் 30 ஆம் தேதியை (1941 மார்ச் 30) இழிவு நீங்கிய நாளாக அனைவரும் மகிழ்ந்து கொண்டாடும்படி வேண்டுகோள் வைத்தனர்.

எந்த உரிமையும் நமக்கு எளிதில் வந்துவிடவில்லை. போராடிப் போராடித்தான் சமூக இழிவுகளைத் திராவிட இயக்கம் நீக்கியது என்பதை அடுத்த தலைமுறைக்கு நாம் அடிக்கடி சொல்ல வேண்டியிருக்கிறது.

காஸ்ட்ரோ ரசித்த ஷெர்வான்டே

எந்த இடத்திற்குப் பக்கத்திலே எது இருக்கும் என்று சொல்ல முடியாது. எதற்குள் எது இருக்கும் என்றும் கணிக்க முடியாது. குளிர்ந்த நதிக்குப் பக்கத்திலே வெந்நீர் இருக்கலாம் அல்லது சுடுகின்ற ஆற்றுக்குப் பக்கத்திலே குளிர்ச்சியும் இருக்கலாம்.

ஒரு கூட்டத்தில் பேராசியர் தி. இராசகோபாலன் சட்லெட்ஜ் நதியைப் பற்றிச் சொல்லப்படுகிற விந்தையான செய்தியைக் குறிப்பிட்டார். அதுபற்றி நானும் படித்திருக்கிறேன். ஆனால் அது எந்த அளவிற்கு உண்மையான செய்தி என்று தெரியவில்லை.

பனி உறைந்திருக்கின்ற அந்த சட்லெட்ஜ் நதியின் கரையோரத்தில் தோண்டினால், சூடான வெந்நீர் வரும் என்பது அந்தச் செய்தி. அதை அவர்கள் இந்தியிலே கரம் பானி என்று சொல்லுவார்கள். அந்த நதியில் ஓடுகிற நீரோ அவ்வளவு குளிர்ச்சியாக இருக்கிறது. தொட்டால் உறைந்துவிடுகிற அளவுக்கு அந்த நீர் குளிர்ச்சியாக இருக்கிறது. ஆனால் அந்த சட்லெட்ஜ் நதியின் கரையோரத்தில் தோண்டுகிறபோது வெந்நீர் ஊற்றாக வருகிறது என்பது ஒரு விந்தையான செய்திதான்.

சட்லெட்ஜ் நதியென்பது பாஞ்சாலத்திலே பாய்கிற ஐந்து நதிகளிலே மிக நீளமான, மிக வேகமான நதி. ஐந்து நதிகள் பாய்வதனாலேதான்

அதற்குப் பஞ்சாப் என்று பெயர். இந்த சட்லெட்ஜ் நதியோடு ஜீலம், செனாப், பீயாஸ், ரவி என்கிற மற்ற நான்கு நதிகளும் பஞ்சாபில் ஒடுகின்றன. ஏறத்தாழ 1500 கிலோமீட்டர் தூரத்திற்கு ஓடிய பிறகு சட்லெட்ஜ் நதி கடலில் கலக்கிறது. இதைக் காட்டிலும் நீளமான நதி சிந்து நதிதான் என்பதை நாம் அறிவோம். மூவாயிரம் கிலோமீட்டருக்கு மேலாக சிந்து நதி ஓடுகிறது. ஆனால் சிந்து நதி இப்போது இந்தியாவில் இல்லை. பிரிவினைக்குப் பிறகு இப்போது அது பாகிஸ்தானிலே இருக்கிறது. பாகிஸ்தானுக்குப் போய்விட்டாலும் நாம் விடாமல் ஜனகண மண பாடுகின்றபோது பஞ்சாப சிந்து குஜராத்த மராட்டா என்று அதற்கும் சேர்த்தேதான் வணக்கம் செலுத்துகிறோம்.

சிந்து நதி ஒருகாலத்தில் இந்தியாவின் மிகப்பெரிய நதியாக இருந்தது. இப்பொழுது சட்லெட்ஜ் நதிதான் மிக நீளமானது. சட்லெட்ஜ் நதியினுடைய வேகம் பற்றி எழுதுகிறபோது குறிப்பிட்ட இடங்களில் அதன் வேகமானது கணக்கிட முடியாததாக இருக்கிறது என்று எழுதுகிறார்கள். அந்த சட்லெட்ஜ் நதியின் கரையோரத்திலே இருக்கிற பெரிய நகரங்களிலே லூசியானவும் ஒன்று. எனவே சட்லெட்ஜ் நதியைப் பற்றிய பல செய்திகளில் எது நம்மைக் கவருகிறது என்றால், குளிர்ந்திருக்கிறஅந்த நதியின் கரையிலே எப்படிச் சுடுநீர் வெளிவருகிறது என்பதுதான். இதைச் சொல்லிவிட்டுப் பேராசிரியர் சொன்னார், எந்த இடத்திற்குப் பக்கத்திலே எது இருக்கும் என்று சொல்ல முடியாது. எதற்குள் எது இருக்கும் என்றும் கணிக்க முடியாது. குளிர்ந்த நதிக்குப் பக்கத்திலே வெந்நீர் இருக்கலாம் அல்லது சுடுகின்ற ஆற்றுக்குப் பக்கத்திலே குளிர்ச்சியும் இருக்கலாம். வாழ்க்கை எப்போதும் இப்படி முரண்களால் ஆனது என்பதாக அவர் பேசினார்.

அப்படி அவர் பேசிக் கொண்டே போகிறபோது எனக்கு இன்னொரு புத்தகம் நினைவுக்கு வந்தது. அந்தப் புத்தகம் தாமஸ் போர்கே, பிடரல் காஸ்ட்ரோவை நேர்காணல் கண்டு எழுதிய புத்தகம். அந்தப் புத்தகம் முழுவதும் தாமஸ் போர்கே அவரை நேர்காணல் கண்ட செய்திகள்தான். பிடல் காஸ்ட்ரோவின் பல்வேறுவிதமான முகங்களை அந்த நேர்காணலின் மூலம் அந்தப் புத்தகத்திலே இருந்து நாம் அறிந்து கொள்ளலாம். பிடரல்

காஸ்ட்ரோ என்றாலே ஒரு புரட்சியாளர். அவருடைய முகம், அதனுடைய கோபம், அதில் தெரிகிற ஒரு உறுதி இவைகளை நாம் பார்த்திருக்கிறோம். ஆனால் அவருக்குள்ளும் எப்படி ஒரு நகைச்சுவையான மனிதன் ஒளிந்திருக்கிறான் என்பதை அந்த நேர்காணலிலே நாம் பார்க்கலாம்.

எப்படி உறைந்துபோகின்ற பனி நதியான சட்லெட்ஜ்ஜின் கரையோரத்திலே வெந்நீர் ஊற்றெடுக்கிறது என்று கூறுகிறார்களோ, அப்படி வெந்நீராய் உறைந்து போயிருக்கின்ற ஒரு புரட்சிக்காரனின் நெஞ்சத்திலிருந்து குளிர்ச்சியாய்ப் பல செய்திகளும் கிடைக்கின்றன.

தாமஸ் போர்கே கேட்கிறார்,'உங்களுக்கு மிகவும் பிடித்த எழுத்தாளர் யார்?' சற்றும் சிந்திக்காமல் காஸ்ட்ரோ சட்டென்று விடை சொல்கிறார், 'அது ஷெர்வான்டேதான்' . ஷெர்வான்டே என்கிற பெயர், ஒலிப்பில் நமக்குக் கொஞ்சம் புதிதாய் இருக்கலாம். நாம் ஷெர்வான்டீஸ் என்று சொல்லிப் பழகியிருக்கிறோம். ஆங்கிலத்திலே ஷெர்வான்டீஸ் என்று சொல்லப்படுவது ஸ்பெயின் மொழியிலே அந்தக் கடைசி எழுத்துகளான ஐயும் எஸ்சும் ஒலிக்கப்படாமல் போவதனாலே ஷெர்வான்டே என்று ஆகிறது. ஷெர்வான்டே என்று அந்த எழுத்தாளன் பெயரைச் சொல்வதைவிட, டான் குவிக்ஸாட் என்றால் அந்தப் பாத்திரம் எல்லோருக்கும் தெரியும். டான் குவிக்ஸாட் என்னும் நிழல் யுத்தம் செய்கின்ற அந்த கோமாளிப் பாத்திரத்தை உருவாக்கிய பெரிய எழுத்தாளன் ஷெர்வான்டே. ஷெர்வான்டேயின் எழுத்துகளில் எங்கு தொட்டாலும் நகைச்சுவை மிளிரும்.

தாமசுக்கு மிகவும் வியப்பாக இருக்கிறது. ஒரு மிகப்பெரிய புரட்சிக்காரரான பிடரல் காஸ்ட்ரோவுக்கு இந்தக் கோமாளி நாடகம் இவ்வளவு பிடிக்கிறதே என்று கருதுகிறார். ஏன் அப்படி என்று காஸ்ட்ரோவிடம் கேட்டபோது, ' இதில் ஒன்றும் வியப்பில்லை. ஷெர்வான்டேயினுடைய எழுத்தில் வந்து விழுகின்ற நகைச்சுவை எவரையும் கவரும், என்னையும் கவருகின்றது. சார்லி சாப்ளினையும் எனக்கு மிகவும் பிடிக்கும் தான். ஆனால் சார்லி சாப்ளினிடமாவது பல ஆழமான செய்திகள் உண்டு. டான் குவிக்ஸாட்டிடம் அதுகூட இல்லை. வெறும் நகைச்சுவைதான். ஆனாலும் பிடிக்கிறது. படிப்பதற்கும் சிரிப்பதற்கும் ஷெர்வான்டேயினுடைய எழுத்துகளைப் போல் வேறு உண்டா' என்று விடை கூறுகிறார்.

ஷெர்வான்டேயினுடைய எழுத்துகளில் ஒரு சின்னக் குறை மட்டும் எனக்கு இருக்கிறது என்கிறார் காஸ்ட்ரோ. அந்தக் குறை வேறுஒன்றுமில்லை, ஷெர்வான்டே தேவையில்லாமல் அராபியக் கதைகளை நிறையச் சொல்லுகிறார். அவ்வளவு தேவையில்லை. அந்த அராபியக் கதைகளைச் சுருக்கி இருந்தால் அந்த டான் குவிக்ஸாட்டினுடைய பாத்திரம் இன்னமும்கூட மிளிர்ந்து, படிக்கிறவர்களை அதிகமாகக் கவர்ந்திருக்கும் என்கிறார்.

ஒரு புரட்சியாளனாக, கோபக்காரனாக, ஒரு நாட்டை ஆள்கிற மிகப்பெரிய நிர்வாகியாக, ஏறத்தாழ 50 ஆண்டுகள் ஒரு நாட்டைத் தொடர்ந்து ஆள்பவராக இருப்பவர் காஸ்ட்ரோ. மிகப்பெரிய வல்லரசான அமெரிக்காவிற்குப் பக்கத்திலே இருந்து கொண்டு, அந்த அமெரிக்காவையே எதிர்க்கும் துணிச்சல்காரர் காஸ்ட்ரோ. அவர் ஷெர்வான்டேயினுடைய எழுத்துகளைப் படித்து ரசித்துக் கூறிய அந்தக் காட்சிகளைப் படிக்கும்போது, சட்லெட்ஜ் நதியின் உதாரணம் அதற்கு அப்படியே பொருந்திற்று.

தாமஸ் போர்கே அவரிடத்தில் இன்னொரு கேள்வியைக் கேட்கிறார். அது மிக முக்கியமான கேள்வி. ஷேக்ஸ்பியரினுடைய நாடகங்களைப் பற்றி எல்லாம்....என்று கேட்கிறார். அதற்குக் காஸ்ட்ரோ சொல்கிறார், ஷேக்ஸ்பியரை நான் படித்திருக்கிறேன். ஷேக்ஸ்பியரால் யார்தான் கவரப்படாமல் இருப்பார்கள். ஷேக்ஸ்பியரை எனக்கு மிகவும் பிடிக்கும். ஆனாலும் ஷேக்ஸ்பியரைச் சொல்லாமல் ஷெர்வான்டேயைச் சொல்லுவதற்கு ஒரு காரணம் இருக்கிறது என்கிறார் காஸ்ட்ரோ. 'ஷேக்ஸ்பியரின் நாடகங்கள் மிகவும் உயர்ந்தனவாக இருக்கலாம். ஆனாலும் அது இன்னொரு மொழியிலே எழுதப் பட்டு, என் மொழியிலே பெயர்க்கப்பட்டுள்ளது. எப்போதும் ஒரு மொழிபெயர்ப்பு இலக்கியத்தைவிட, என் சொந்தத் தாய்மொழியான ஸ்பானிஷ் மொழியிலே எழுதப்பட்டிருக்கிற ஷெர்வான்டேயின் எழுத்துகள் என்னை அதிகம் கவர்ந்தன.'

'வேறு மொழி என்பதற்காக வெறுக்கவில்லை. மொழி பெயர்ப்பிலே வருகிறபோது அதனுடைய சுவையைக் காட்டிலும், தாய்மொழியிலேயே நேரடியாக எழுதப்பட்டு படிக்கப்படுகிற போதுதான் அந்த இலக்கியத்திற்குச் சுவை கூடுதலாக இருக்கும்' என்று கூறுகிறார். எப்போதும் யாருக்கும் தாய்மொழிதான் நெருக்கமானது என்பதையும், நெருக்கமாக இருக்க வேண்டியது என்பதையும் காஸ்ட்ரோவினுடைய விடை நமக்கு உணர்த்துகிறது. எனவே எதிலிருந்தும் எதுவும் தோன்றலாம்; எதற்குப் பக்கத்திலும் எதுவும் இருக்கலாம். ஒன்றை வைத்துக்கொண்டு, இதையொட்டி இருக்கிற எல்லாம் இப்படித்தான் இருக்கும் என்கிற முடிவுக்கு நாம் வந்துவிடக் கூடாது என்பதை இந்தச் செய்திகள் நமக்கு உணர்த்துகின்றன.

செவிச் சொல்லும் சேர்ந்த நகையும்

அகலாமலும், அணுகாமலும் தீக்காய்வார் போல மன்னரிடத்திலே பழக வேண்டும் என்று திருக்குறள் நமக்குச் சொல்லிக் கொடுக்கிறது. குளிர் காலத்திலே குளிர் தாங்காமல் நெருப்பு மூட்டிக் குளிர் காய்கிறவர்கள், நெருப்புக்குள் விழுந்து விடுவதும் இல்லை, நெருப்பை விட்டு வெகுதூரம் விலகிப்போய் விடுவதும் இல்லை.

திருக்குறள் என்பது மிகப்பெரிய சான்றோர் ஒருவரால் சான்றோர்களுக்காகச் சொல்லப் பட்டிருக்கிற ஒரு அறநூல் என்று பலரும் கருதுகின்றனர். மிகப்பெரிய செய்திகள் திருக் குறளிலே சொல்லப்பட்டிருக்கின்றன என்பது உண்மைதான். பல தத்துவங்கள் திருக்குறளிலே வெளிப்பட்டிருக்கின்றன. அறம் என்றால் என்ன என்பதற்கு வேறு எவரும் சொல்லாத ஒரு புது விளக்கத்தை, சித்தாந்தை வள்ளுவர் சொல்லு கிறார். 'மனத்துக்கண் மாசுஇலன் ஆதல் அனைத்துஅறன்' என்று சொல்லுகிறார். அதைப் போல, இயல்பாக யாராலும் செய்ய முடியாத அளவுக்கு, ஈன்ற தாய் பசி காண்பான் ஆயினும், அவளுடைய பசிக்கொடுமையின் வேதனையைப் பொறுத்துக்கொள்ள முடியாமல் கூடச் சான்றோர் பழிக்கிற தவறுகளைச் செய்துவிடக் கூடாது என்கிறார். பசுவிற்கு நீர் என்று இரப்பினும்,

அதுவும் இழிவுதான் என்கிறார். இவையெல்லாம் சான்றோர்களுக்குச் சொல்லப்பட்டிருக்கிற மிகப்பெரிய நெறிகாட்டல் என்பதை மறுக்க முடியாது. ஆனால் அவர்களுக்கு மட்டும்தான் திருக்குறள், அவர்களுக்கான செய்திகள் மட்டும்தான் அதில் இருக்கின்றன என்று கருதிவிட வேண்டியதில்லை.

இயல்பாக எளிய மக்களுக்கும் வழிகாட்டுகிற சின்னச் சின்ன செய்திகளும் திருக்குறளில் இருக்கின்றன. காரணம், திருக்குறள் வெறும் நீதி நூல், வெறும் அற நூல் அன்று. அது ஒரு வாழ்வியல் நூல் என்பதை நாம் உணர்ந்து கொள்ள வேண்டும். வாழ்க்கையின் சின்னச் சின்ன அசைவுகள் கூட எப்படி இருக்க வேண்டும் என்றெல்லாம் வள்ளுவர் நமக்கு வழிகாட்டுகிறார். அப்படி ஒரு குறள் 'மன்னவரைச் சேர்ந்தொழுகல்' என்கிற 70 ஆவது அதிகாரத்திலே இடம் பெற்றிருக்கிறது. மன்னவர்களோடு, பெரியவர்களோடு பழகுகிறபோது எப்படிப் பழக வேண்டும் என்பதை அந்தப் பத்துக் குறட்பாக்களும் நமக்குச் சொல்லித்தருகின்றன. அந்த அதிகாரத்தின் முதல் குறள், பல மேடைகளிலும், இலக்கியங்களிலும் மேற்கோளாகக் காட்டப்பட்டிருக்கிற குறள்.

அதாவது அகலாமலும், அணுகாமலும் தீக்காய்வார் போல மன்னரிடத்திலே பழக வேண்டும் என்று திருக்குறள் நமக்குச் சொல்லிக் கொடுக்கிறது. குளிர் காலத்திலே குளிர் தாங்காமல் நெருப்பு மூட்டிக் குளிர் காய்கிறவர்கள், நெருப்புக்குள் விழுந்துவிடுவதும் இல்லை, நெருப்பை விட்டு வெகுதூரம் விலகிப்போய் விடுவதும் இல்லை. நெருப்புக்குள் விழுந்தாலும் ஆபத்து, நெருப்பை விட்டு விலகிப் போனாலும் ஆபத்து. அப்படித்தான் அகலாமலும், அணுகாமலும் மன்னரிடத்திலே பழக வேண்டும் என்று சொல்லிக் கொடுக்கிறது அந்தத் திருக்குறள்.

இன்னொரு குறள், மிக நுட்பமான, ஒரு செய்தியை நமக்குச் சொல்கிறது. செவிச் சொல்லும் சேர்ந்த நகையும் கூடாது என்று அக்குறள் சொல்லுகிறது. செவிச்சொல் என்றால் என்ன என்பதுபற்றி நுட்பமாக நாம் பார்க்கவேண்டியுள்ளது. மன்னர் அரசவையிலே அமர்ந்திருக்கிறபோது, அந்த அரசவையிலே

அமர்ந்திருக்கிற யாராவது ஒருவர், இன்னொருவரிடத்திலே போய் காதுக்குள்ளே இரகசியமாக எதுவும் சொல்லுகிற பழக்கத்தை வைத்துக்கொள்ளக் கூடாது என்று வள்ளுவர் சொல்லித் தருகிறார். அதற்கு செவிச்சொல் என்றொரு சொல்லை வள்ளுவர் பெய்கிறார். நான் ஆங்கில மொழிபெயர்ப்புகளைக் கூடப் புரட்டிப்பார்த்தேன், எப்படி அந்தச் சொல்லுக்கு மொழிபெயர்ப்பு செய்திருக்கிறார்கள் என்பதற்காக. விஸ்பர்நாட் (whisper not) என்றும் விஸ்பரிங்நாட் (whispering not) என்றும்தான் மொழி பெயர்த்திருக்கிறார்கள். அப்படித்தான் சொல்லமுடியும். whisper என்றால் முணுமுணுப்பு, அவ்வளவுதான். முணுமுணுப்பு என்பது வேறு, காதில் ரகசியமாகச் சொல்லுவது என்பது வேறு. இதனைத்தான் ஒரே சொல்லில் செவிச்சொல் என்று வள்ளுவர் குறிப்பிடுகிறார். பெரியாரகத்து என்று அந்தக் குறள் முடிகிறது. அரசவைக்கு மட்டும் பொருந்துகிற குறள் இல்லை அது. இன்றைய நமது வாழ்க்கை நடைமுறைக்கும் பொருந்தும்.

ஒரு கட்சியின் தலைவர் இருக்கிறபோதோ அல்லது ஒரு மன்றத்தினுடைய தலைவர் இருக்கிறபோதோ, குடும்பத் தினுடைய பெரியவர் இருக்கிறபோதோ, அவர்கள் முன்னிலை யில் பக்கத்திலிருக்கிற ஒருவரிடத்தில் காதிலே பேசக் கூடாது. அது ஒரு நல்ல மரபு இல்லை. எப்படி வள்ளுவர் நமக்கு வாழ்க்கையைச் சொல்லித் தருகிறார் பாருங்கள்.

இன்னொன்றும் கூடாதென்று வள்ளுவர் சொல்லியிருக் கிறார். செவிச்சொல்லும் சேர்ந்த நகையும் என்கிறார். சேர்ந்த நகை என்பதற்கு உரையாசிரியர்கள் மூன்று விதமாகப் பொருள் தருகிறார்கள். மன்னர் சிரிக்கிறபோது சேர்ந்து சிரிக்கக் கூடாது என்பது ஒரு உரை. மற்றவர்கள் சிரிக்கிறபோது சேர்ந்து சிரிக்கக் கூடாது என்பது இன்னொரு உரை. இந்த இரண்டும் அவ்வளவு பொருத்தமாக இல்லை. மூன்றாவது உரை மிகப் பொருத்தமாக இருக்கிறது. சேர்ந்த நகை என்றால், ஒருவன் காதுக்குள் ஒரு இரகசியத்தைச் சொல்லிவிட்டு, பிறகு சொன்னவனும் கேட்டவனுமாகச் சிரிக்கக்கூடாது. மன்னரின் பார்வையில் அது வேறுவிதமாகப் படும். எல்லோரும் அமர்ந்திருக்கிறபோது இருவர் மட்டும் ரகசியமாகப் பேசிக்கொள்வதே ஒரு அநாகரிகம்.

அதிலும் பேசிக்கொண்டே இருவரும் சிரிக்கத் தொடங்கி விடுவார்கள் என்றால், மன்னனுக்குத் தன்னைத்தான் கேலி

செய்கிறார்களோ என்ற எண்ணம் வந்துவிடும். எனவே செவிச்சொல்லும் சேர்ந்தநகையும் என்னும் இரண்டையும் அவித்து ஒழுகுதல் வேண்டும் என்கிறார். அடக்குதல் என்பதற்கும் அவித்தல் என்பதற்கும் ஆழமான வேறுபாடு உண்டு. மனிதர்களைப் பற்றிச்சொல்லுகிறபோது வள்ளுவர் ஒருமையுள் ஆமை போல் ஐந்து அடக்கல் என்கிறார். ஆனால் கடவுள் வாழ்த்தில், கடவுளைப் பொறிவாயில் ஐந்து அவித்தான் என்கிறார். அடக்குதல் என்பதைக் காட்டிலும், அழுத்தமாய்க் கூடவேகூடாது என்பதை வலியுறுத்த அவித்து ஒழுகுதல் என்கிறார்.

எனவே,

செவிச்சொல்லும் சேர்ந்த நகையும் அவித்தொழுகல்
ஆன்ற பெரியோ ரகத்து

என்று அந்தக் குறள் சொல்லுகிறபோது, ஒரு அவையிலே எப்படி நடந்துகொள்ள வேண்டும் என்பது புரிகிறது. அரசவையிலே மட்டுமன்று, ஒரு பொதுஅரங்கில்கூட நாம் எப்படி நடந்து கொள்ள வேண்டும் என்பதற்குத் திருக்குறள் நமக்கு வழிகாட்டுகிறது. இந்தத் திருக்குறளை நாம் படித்தால், மனத்தில் பதித்துக் கொண்டால், பிறகு அவையிலே இருக்கிறபோது பக்கத்திலே இருக்கிறவரிடம் காதில் இரகசியம் சொல்லுவதும், பிறகு இரண்டு பேருமாகச் சிரித்துக்கொள்ளுவதமான நிகழ்வு ஒருபோதும் வராது. அது முறையில்லை, மரபில்லை, தலைமைக்கு மரியாதை இல்லை என்கிற அனைத்தையும் அடக்கி, மிகச் சிறிய செய்தியைக்கூட வள்ளுவர் சிந்தித்து மிக நுட்பமாகச் சொல்லியிருக்கிறார் என்பதனாலே, திருக்குறள் வெறும் அற நூல் மட்டுமில்லை, அது ஒரு வாழ்வியல் நூல் என்பதை நாம் அனைவரும் உணர்ந்து கொள்ள முடிகிறது.

கொழுப்பு

காய்கறி உணவை விரும்பி உண்கிறவர்களுக்கு ஒருநாளைக்கு 200 முதல் 400 மி.கி வரை இந்தக் கொழுப்பு உடலில் சேர்கிறது. இறைச்சி உணவை அன்றாடம் உண்கிறவர்களுக்கு 400 முதல் 600 மி.கி வரைக்கும் இந்தக் கொழுப்புச்சத்து உடம்புக்குள் போய்ச்சேருகிறது.

உங்களுக்குக் கொழுப்பு அதிகம் என்று யாராவது சொன்னால் நாம் கோபப்படுகிறோம். ஆனால் இப்போதெல்லாம் பலநேரங்களில் பலரையும் பார்த்து மருத்துவர்கள் இப்படிச் சொல்லுகிறார்கள். நாம் கோபப்படவில்லை, மாறாக அச்சப்படுகிறோம். அதாவது கொழுப்பு என்று அவர்கள் சொல்வது, கொலஸ்ட்ரால் என்பதைத்தான்.

கொலஸ்ட்ரால் என்பது இரத்தத்திலே இருக்கும் ஒருவிதமான கொழுப்பு. மெழுகு போன்ற ஒரு பொருள். எனவே இந்த கொலஸ்ட்ரால் என்பது மிகப்பலருக்கும் கூடுதலாக இருக்கிறது என்று மருத்துவர்கள் எச்சரிப்பதையும், அதன் விளைவாக நடைப்பயிற்சியிலே இன்றைக்குப் பலரும் ஈடுபட்டிருப்பதையும் நாம் பார்க்கிறோம். உடம்பிலே குருதி அழுத்தம், குருதியிலே இருக்கிற சர்க்கரையின் அளவு, குருதியிலே இருக்கிற கொழுப்பின் அளவு ஆகியனவற்றை, ஆங்கில மருத்துவ மொழியில் BP என்றும், Diabetic

என்றும், Cholestral என்றும் சொல்லுகிறார்கள். இவை மூன்றைப்பற்றிய அக்கறையும், விழிப்புணர்ச்சியும் இன்றைக்கு வந்து கொண்டிருக்கிறது.

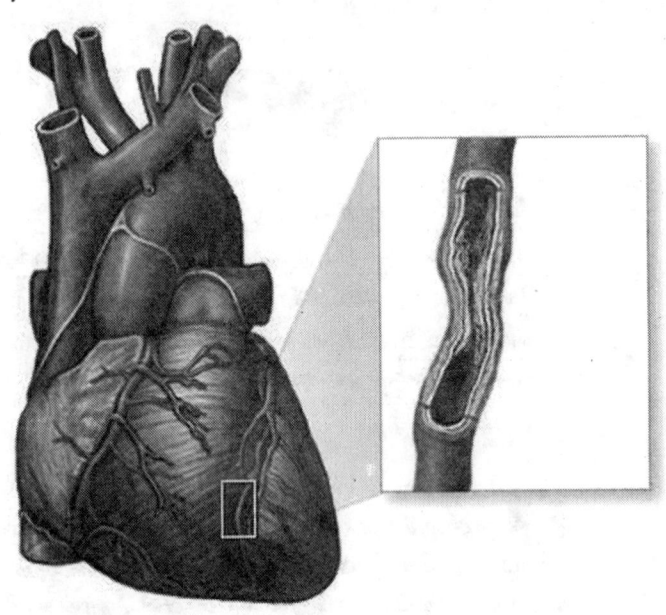

இந்தக் கொலஸ்ட்ரால் அளவுக்கு மேல் போய்விடாமல் பார்த்துக் கொள்ள வேண்டும். இல்லையானால் அது இரத்தக் குழாய்களிலே திட்டுத் திட்டாகத் தேங்கி, இரத்த ஓட்டத்தைச் சீராக இல்லாமல் செய்துவிடும். இதனால் மாரடைப்பு வருவதற்கு வாய்ப்பு இருக்கிறது. இதுதான் அதனுடைய அடிப்படை. எனவே 'கொலஸ்ட்ராலைக் குறைப்போம்' என்றே மருத்துவர் நரேந்திரன் அவர்கள் ஒரு நல்ல புத்தகத்தை எழுதியிருக்கிறார். கொலஸ்ட்ராலைக் குறைப்போம் என்று சொல்கிற அதே புத்தகம், கொலஸ்ட்ரால் என்பது உடலுக்குத் தேவையான ஒன்று என்பதை மறந்துவிடக் கூடாது என்பதையும் கூறுகிறது. இந்தக் கொலஸ்ட்ரால் என்பது என்ன, அது எப்படி உடம்பிலே உற்பத்தியாகிறது அல்லது சேர்கிறது என்பதையெல்லாம் எவரும் புரிந்து கொள்கிற வகையிலே, எளிமையாக மருத்துவர் நரேந்திரன் தன் நூலிலே எழுதியிருக்கிறார்.

உடம்புக்குள்ளே இருக்கிற கல்லீரல்தான் இந்தக் கொழுப்பை உற்பத்தி செய்கிறது. நாம் உண்ணும் உணவிலிருந்தும் இந்தக் கொழுப்பு சேர்கிறது. எவ்வளவு சேரவேண்டும் அல்லது எவ்வளவு சேரக்கூடாது, இவைகளை எல்லாம் அந்த நூல் விரிவாகவே விளக்குகிறது. நாம் உணவை உட்கொண்ட எட்டு மணி நேரத்திற்குள்ளாக, குடலுக்குள்ளிருந்து உணவு இரத்தத்திற்குப் போய், இரத்தத்தின் வழியாக அது கல்லீரலைச் சென்றடைகிறது. இரத்தத்தில் இந்தக் கொழுப்பு கரைவதில்லை. எனவே ரைபோபுரோட்டீன் என்று சொல்லு கின்ற அதன் மூலமாக கல்லீரலுக்குப்போய்ச் சேருகிறது. கல்லீரல் இயல்பாகவே இந்தக் கொழுப்பை உற்பத்தி செய்கிறது. வருகிற அந்த உணவில் போதுமான கொழுப்பு இருந்தால், கல்லீரல் தனது உற்பத்தியைக் குறைத்துக் கொள்கிறது. வருகிற அந்த உணவில் கொழுப்புச் சத்துக் குறைவாக இருந்தால், கல்லீரல் கூடுதலாக உற்பத்தி செய்கிறது. இந்த சுழற்சி தொடர்ந்து உடலுக்குள் நடைபெற்றுக்கொண்டே இருக்கிறது. காய்கறி உணவை விரும்பி உண்கிறவர்களுக்கு ஒருநாளைக்கு 200 முதல் 400 மி.கி வரை இந்தக் கொழுப்பு உடலில் சேர்கிறது. இறைச்சி உணவை அன்றாடம் உண்கிறவர்களுக்கு 400 முதல் 600 மி.கி வரைக்கும் இந்தக் கொழுப்புச்சத்து உடம்புக்குள் போய்ச் சேருகிறது. இதுதான் அதனுடைய அடிப்படையான செய்தி.

இந்தக் கொழுப்புச் சத்தில் மூன்றுவிதமான வகைகள் இருப்பதாக மருத்துவர் கூறுகிறார். குறைந்த அடர்த்தியுள்ள கொழுப்பு, மிகக் குறைந்த அடர்த்தியுள்ள கொழுப்பு, மிகுதியான அடர்த்தியுள்ள கொழுப்பு என்று மூன்றாக அதைப் பிரிக்கிறார்கள். இதை ஆங்கிலத்திலே, அவர்களுடைய மருத்துவ மொழியிலே, LDL என்றும், HLDL என்றும், HDL என்றும் அவர்கள் சொல்லுகிறார்கள். இதிலே LDL, HLDL அதாவது குறைந்த அடர்த்தி, மிகக் குறைந்த அடர்த்தி இரண்டும் உடம்புக்கு மிகக் கெடுதலைத் தருகின்றன. ஆனால் மிகுந்த அடர்த்தியான அந்தக் கொலஸ்ட்ரால் இருக்கிறதே, அதாவது HDL, உடம்புக்கு மிகுந்த நன்மையைத் தருகிறது. ஆகவே கொழுப்பே வேண்டாம், கொலஸ்ட்ராலே வேண்டாம் என்று முடிவு செய்வது இன்னொரு விதத்திலே ஆபத்து.

இரத்தத்திலே சர்க்கரை கூடிவிடக் கூடாது என்பது எவ்வளவு முக்கியமோ, அதைவிட அது குறைந்துவிடக்கூடாது என்பது மிக முக்கியம். குருதி அழுத்தம் அதிகமாகக் கூடாது என்பது எவ்வளவு முக்கியமோ, அதைவிட அது குறைந்து விடக்கூடாது என்பது மிக முக்கியம். இவற்றை நாம் அறிந்து வைத்திருக்க வேண்டும். அதைப்போலவே இரத்தத்திலே இருக்கிற கொழுப்பு இருக்கிறதே, அதுவும் மிகுதியாகக் கூடிவிடவும் கூடாது, குறைந்துவிடவும் கூடாது. ஏனெனில் அந்தக் கொலஸ்ட்ரால் என்கிற கொழுப்புச் சத்துதான், திசுக்களினுடைய கட்டுமானத்திற்கு, ஹார்மோன்களின் உற்பத்திக்கு, வைட்டமின்களுடைய உற்பத்திக்குக் கூடத் தேவையாக இருக்கிறது. நம் உடம்புக்கு இவையெல்லாம் தேவை. ஹார்மோன் வேண்டும், வைட்டமின் வேண்டும். இவையெல்லாம் இல்லையானால், திசுக்களினுடைய கட்டுமானம் சரியாக நடைபெறவில்லையானால், நம்முடைய உடல் சரியாக இயங்காது. எனவே அதற்கான கொழுப்புச் சத்துத் தேவை.

அதோடு மட்டுமல்லாமல், நாம் முதலிலே பார்த்த அந்த குறைந்த அடர்த்தியும், மிகக் குறைந்த அடர்த்தியும் உள்ள கொழுப்பு என்ன செய்கிறது என்றால், அங்கங்கே இரத்தக் குழாய்களிலே திட்டுத்திட்டாக உறைந்து போய்விடுகிறது. அப்படித் திட்டுத்திட்டாக உறைந்து போகிறபோது, இரத்தம் சீராக ஓடுவதற்கு அது தடையாக ஆகி, இதயத்திற்குப் போதுமான அளவிற்கு இரத்தம் போய்ச்சேராமல், மாரடைப்பு வருகிறது. ஆனால் மிகுதியான அடர்த்தி உள்ள அந்தக் கொழுப்பு HDL என்று சொல்லுகிறோமே, அது கூடுதலாக இருக்குமானால், போகிற வழியிலேயே, திட்டுத் திட்டாக உறைந்து இருக்கிற கொழுப்பையும் சேர்த்து இழுத்துக்கொண்டு கல்லீரலுக்கு வந்துவிடுகிறது.

மிகுதியான அடர்த்தியிருக்கிற கொழுப்பு கூடுதலாக இருந்தால்தான் இதைச் செய்ய முடியும். அந்தக் கொழுப்பு வகை குறைவாகவும், குறைவான அடர்த்தியுள்ள LDL என்று சொல்லுகிற கொழுப்பு கூடுதலாகவும் இருந்தால், HDL என்கிற கொழுப்பு அவற்றை இழுத்துக் கொண்டு வரமுடியாமல் திணறும். எனவே எது கூடுதலாக இருக்க வேண்டும், எது

குறைவாக இருக்க வேண்டும் என்கிற புரிதல் நமக்கு வேண்டும். நல்ல கொழுப்புச் சத்து நமக்குத் தேவையானது. அது எவ்வளவு இருக்கவேண்டும். கெட்ட கொழுப்புச் சத்து எவ்வளவு இருக்கக் கூடாது என்பதையெல்லாம் அந்த நூல் வரையறுத்துச் சொல்லுகிறது.

நம் உடம்பில் குறைவான அடர்த்தியுள்ள கொழுப்புச் சத்து LDL என்று சொல்லப்படுவது 130 மி.கிராமிற்குக் குறைவாக இருக்கவேண்டும். அதே நேரத்திலே மிகுந்த அடர்த்தியான HDL என்கிற அந்தக் கொழுப்புச் சத்தானது 35 மி.கிராமிற்குக் கூடுதலாக இருக்கவேண்டும். அப்படி இருந்தால் அது நமது உடலைச் சமமாக, சீராக வைத்துக்கொள்ள உதவும். இத்தனை அறிவியல் செய்திகளையும் மிக எளிமையாக, அறிவியல் அறிவு இல்லாத நம்மைப்போன்ற பொதுமக்கள் படித்தாலும் புரிந்துகொள்ளக் கூடிய வகையில் எழுதியிருக்கிற மருத்துவர் நரேந்திரன் அவர்கள் பாராட்டிற்குரியவர்.

பஞ்சமர் என்றும்... சண்டாளர் என்றும்...

> சண்டாளர்கள் உடைகளை உடுத்திக் கொள்ளலாம், ஆனால் அவை பிணங்களின் மேல் போர்த்தியவையாக இருக்க வேண்டும். சண்டாளர்கள் அணிகளை அணிந்து கொள்ளலாம். ஆனால் அவை இரும்பினால் மட்டுமே செய்யப்பட்டிருக்க வேண்டும்.

இந்திய விடுதலைக்கு முந்திய காலகட்டத்தில் அண்ணல் காந்தியடிகள் தமிழ்நாட்டிற்கு வந்திருந்தபோது, கும்பகோணத்தில் அவருக்கு எதிராகக் கறுப்புக் கொடி காட்டப்பட்டது. காந்தியார் மாலையில் பேசுவதற்காக மேடைக்கு வருகிறார். திடீரென்று பிராமண வகுப்பைச் சேர்ந்த 10, 15 இளைஞர்கள் அவருக்கு எதிராகக் கறுப்புக்கொடி காட்டித் தமிழில் முழக்கமிடுகிறார்கள். காந்தியாருக்கு என்ன முழக்கமிடுகிறார்கள் என்று புரியவில்லை. மேடையிலே இருந்த காங்கிரஸ் கட்சியினுடைய தலைவர் பந்துலுவைப் பார்த்து, அவர்கள் யார், எதற்காக எனக்கு எதிராகக் கறுப்புக்கொடி காட்டுகிறார்கள் என்று கேட்கிறார். பந்துலு சொல்கிறார், அவர்கள் எல்லோரும் இந்தக் கும்பகோணத்து இளைஞர்கள்தான். நீங்கள் தீண்டாமைக்கு எதிராகப் பேசியும் எழுதியும் வருகிறீர்கள் என்பதினாலே வர்ணாசிரமத் தர்மத்தைக் கெடுத்து விடுகிறீர்கள் என்கிற கோபத்தில் கறுப்புக்கொடி காட்டுகிறார்கள். அவர்களை நாம் காவல்துறையை வைத்து அப்புறப்படுத்தி விடலாம் என்று சொல்கிறபோது, காந்தியார் அப்படிச் செய்ய வேண்டாம் என்று

சொல்லிவிட்டு, அவர்களைப் பார்த்துக் கையசைக்கிறார். அருகில் வாருங்கள் என்ற அழைக்கிறார்.

அந்த இளைஞர் கூட்டம் அவருக்கு அருகில் வருகிறது. அந்தக் கூட்டத்திற்குத் தலைமை தாங்கி வருகிறவர், நக்கீரன் இதழில் 'இந்து மதம் எங்கே போகிறது ' என்கிற தொடரை எழுதிய அக்னி கோத்ரம் ராமானுஜ தாத்தாச்சாரியார். மிக முதிர்ந்த வயதில் அவர் அண்மையில் காலமானார். இளைஞராக இருந்தபோது அந்த ஊரிலிருந்த தன் ஜாதியைச் சார்ந்த மற்ற இளைஞர்களையும் சேர்த்துக் கொண்டு வர்ணாசிரம தர்மத்திற்கு எதிராகப் பேசுகிற காந்தியார் வருகிறார், எனவே அவரை நாம் பேச விடாமல் கறுப்புக்கொடி காட்டி ஆர்ப்பாட்டம் செய்ய வேண்டும் என்று அங்கே வந்திருக்கிறார். அந்த ராமானுஜத்தையும் அவருடைய நண்பர்களையும் காந்தியார் அழைக்க, அவர்கள் காரணத்தைச் சொல்கிறார்கள்.

தீண்டாமை என்பது எப்படிக் கொடுமையானது என்பதைக் காந்தியார் விளக்குகிறார். அது மட்டுமல்லாமல் அவர் கேட்கிறார், 'உங்களுக்குத் தெரியுமா? தீண்டத் தகாதவர்களில் பஞ்சமர்கள் என்றும், சண்டாளர்கள் என்றும் இரண்டாகப் பிரித்து வைத்திருக்கிற அந்தக் கொடுமைகளையெல்லாம் நீங்கள் அறிவீர்களா? அது நியாயம்தானா... மனிதனை மனிதன் தொடக்கூடாது என்பதும், பார்க்கக் கூடாது என்பதும், நெருங்கக்கூடாது என்பதும், ஒரு மனித தர்மத்துக்கு ஏற்றதுதானா ' என்று காந்தியார் கேட்கிறார். அவர்கள் சொல்கிறார்கள், அது காலம் காலமாக நம் முன்னோர்களால் செய்யப்பட்டிருக்கிற ஏற்பாடு. வர்ணாசிரம தர்மம் என்பதுதான் இந்துமத தர்மம். அதை நீங்கள் எப்படி எதிர்க்கலாம் என்று அந்த இளைஞர்கள் திரும்பக் கேட்கின்றனர்.

காந்தியார் அதற்கு விளக்கத்தைச் சொல்கிறார். பாலியல் உறவு என்பது இயற்கையானது. மிகவும் கட்டுப்படுத்தி வைக்கிற நேரத்தில் பல பிழைகள் நடந்து விடுகின்றன. அப்படி நடக்கிறபோது, யார் யாருக்கு இடையிலே குழந்தை பிறந்தது என்பதை வைத்து, ஒருவனைப் பஞ்சமன் என்றும், இன்னொருவனைச் சண்டாளன் என்றும் சொல்லி அவர்களை விலக்குவது எப்படி நியாயமாகும் என்று கேட்கிறார். அப்போதுதான் ராமானுஜருக்கு முதன் முதலாக அவர் கேட்கிற கேள்வியிலும் ஒரு சின்ன நியாயம் இருக்கிறது போலத் தோன்றுகிறது.

பிறகு வேத சாஸ்திரங்கள், மனுநீதி எல்லாவற்றையும் புரட்டிப் பார்க்கிற நேரத்தில் அவருக்கும் புரிகிறது. மனு இரண்டு விஷயங்களைச் சொல்லி வைத்திருக்கிறார். அதிலோக சங்கமம் என்றும், பிரதிலோக சங்கமம் என்றும் இரண்டு இருப்பதை ராமானுஜர் கவனிக்கிறார். சங்கமம் என்றால் கலப்பு என்று பெயர். இரண்டு சாதிகள் கலந்ததைத்தான் சங்கமம் என்று சொல்கிறார்கள். ஆகையினாலேதான் இன்றைக்கும் கூட வழக்கிலே நாம் பார்க்கலாம். என்னடா ஒரே சங்கர ஜாதியாக இருக்கிறாய் என்று சொல்கிறோம். சங்கர ஜாதி என்றால் பல ஜாதியும் சேர்ந்து பிறந்த குழந்தை என்று பொருள். அந்த சாதிக் கட்டுமானத்தை, அந்த இறுக்கத்தை அப்படியே வைக்க வேண்டும் என்று நினைக்கிறவர்கள் சாதி மறுப்புத் திருமணங்களிலே பிறந்த பிள்ளைகளைச் சங்கர சாதியினர் என்று இழிவாகச் சொல்கிறார்கள்.

அதிலே என்ன இழிவு இருக்கிறது. அப்படிச் சாதிக் கலப்பிலே பிறந்த குழந்தைகள்தான் அறிவாளிகளாக இருப்பார்கள். அதுதான் அடுத்த சமூகக் கட்டுமானத்துக்குச் சரியாக இருக்கும். உறவினர்களுக்குள்ளே திருமணம் செய்து கொள்வதுதான் அறிவியல் பார்வையிலே பிழையானது. ஆனால் இன்றைக்கும் சாதி வலுவானதாக இருக்கிறது என்று சொன்னால், ஏறத்தாழ 80 ஆண்டுகளுக்கு முன்னால் எப்படி இருந்திருக்கும் என்பதை நாம் அறிவோம். அதில் இந்த இரண்டு பிரிவுக்கும் என்ன வேறுபாடு என்பதை தாத்தாச்சாரியார் விளக்குகிறார்.

சாதி அடுக்குகளில் மேல்சாதி என்று கருதப்படுகிற ஆணுக்கும், கீழ் ஜாதி என்று கருதப்படுகிற ஒரு பெண்ணுக்கும் பிறக்கிற குழந்தை, ஜாதி மறுப்பால் பிறந்த குழந்தைதான் என்றாலும், அது மன்னிக்கப்படக்கூடிய குற்றமாக மநு கருதுகிறான். அந்த மேல் அடுக்கிலே இருக்கிற ஆணுக்கும் கீழே இருக்கிற பெண்ணுக்கும் குழந்தை பிறக்கலாம். அதை மன்னித்து விடலாம். ஆனால் மேல் அடுக்கிலே இருக்கிற பெண்ணுக்கும், கீழ் அடுக்கிலே இருக்கிற சூத்திரன் என்று சொல்லப்படுகிற ஆணுக்கும் பிறக்கிற குழந்தை இருக்கிறதே அதுதான் இந்தச் சாதிக் கட்டுமானத்தை முக்கியமாகக் குலைத்து விடுகிறது என்பதினாலே அது பிரதிலோக சங்காரம் என்றும், மன்னிக்கப்பட முடியாத குற்றமாகவும் அன்றைக்கு மநு எழுதியிருக்கிறான். இந்த அடிப்படையில்தான் அந்த ஜாதி அடுக்கிலே மேல் தட்டு ஆணுக்குப் பிறக்கிற குழந்தைக்குப் பஞ்சமன் என்றும், கீழ்த்தட்டிலே உள்ள ஆணுக்குப் பிறக்கிற குழந்தைக்குச் சண்டாளன் என்றும் பெயர் சூட்டியிருக்கிறார்கள்.

இந்தச் சண்டாளன் என்பதை வழக்கிலே நாம் சாதாரணமாகப் பயன்படுத்துகிறோம். அதனை ஒரு வசைச் சொல் என்று கருதுகிறோம். அது வசைச் சொல் அன்று. ஒரு குறிப்பிட்ட சாதியைக் குறிக்கிற சொல். மக்களை இழிவு படுத்துவதற்காகச் சொல்லப்படுகிற சொல் என்பதை நாம் உணர வேண்டும். அப்படிப் பிறக்கிற குழந்தைகளைச் சண்டாளர்கள் என்று சொல்வதோடு மட்டுமல்லாமல், அவர்களை ஊரை விட்டே கடத்தி விட வேண்டும் என்று மநு சொல்கிறது. பஞ்சமர்களை ஊரின் எல்லையில் வைத்துக் கொள்ளலாம். சண்டாளர்களை ஊருக்குள்ளேயே வைக்கக் கூடாது. அவர்கள் தனியாகத்தான் இரண்டு ஊர்களுக்கு இடைப்பட்ட பகுதியிலே வாழ வேண்டும். அவர்களுக்கு யாரும் நீரும் உணவும், உடைகளும் கொடுக்கக் கூடாது.

மநுவிலே சண்டாளர்களுக்கென்று விதிக்கப் பட்டிருக்கிற அந்தச் சட்டங்கள் மிகக் கொடுமையானதாக, மனித நேயமற்றவையாக, நாகரிகமும், பண்பாடும் வளர்ந்திருக்கிற சமூகத்துக்கு ஏற்காத விலங்காண்டித் தன்மை உடையனவாக இருக்கின்றன. அந்த மநு என்ன சொல்கிறது என்றால், சண்டாளர்கள் உடைகளை உடுத்திக் கொள்ளலாம், ஆனால் அவை பிணங்களின் மேல் போர்த்தியவையாக இருக்க வேண்டும். சண்டாளர்கள் அணிகளை அணிந்து கொள்ளலாம். ஆனால் அவை இரும்பினால் மட்டுமே செய்யப்பட்டிருக்க வேண்டும். சண்டாளர்கள் உணவு உண்பதற்கு பயன்படுத்துகிற அந்தப்

பாத்திரங்கள்கூட, உடைந்து போன மண் பாத்திரங்களாக இருக்க வேண்டும். இப்படி அவர்களை மனிதர்களாகவே அல்லாமல், விலங்கினும் கீழாக நடத்த முயற்சிப்பது எதற்காக என்றால், அவ்வளவு கடுமையான தண்டனைகளைக் கொடுப்பதன் மூலம்தான் இந்தச் சாதிக் கட்டுமானத்தின் இறுக்கத்தைக் காப்பாற்ற முடியும் என்று கருதியுள்ளனர்.

இந்தச் சாதிக்கட்டுமானம் என்பது மிகப்பெரிய கருத்தியல் வன்முறை. அதிலேயும்கூட ஒரு சாதிக்கலப்பு ஓரளவுக்கு ஏற்கத்தக்கது... மன்னிக்கத்தக்கது. இன்னொன்று மன்னிக்கவே முடியாதது என்றெல்லாம் பிரித்து வைத்திருப்பது, மனிதர்களைச் சாதியின் பெயரால் இழிவு படுத்துவது. இந்து தர்மத்தினுடைய கொள்கைகளை, வர்ணாசிரமத் தர்மங்களை ஓரளவுக்குக் காந்தியார் ஏற்றுக்கொண்டுதான் இருந்தார். அது சாதியின் அடிப்படையில் அல்ல... தொழிலின் அடிப்படையில் என்று அவர் கருதிய காரணத்தினாலே அந்த நான்கு வர்ணங்களை ஏற்றுக் கொண்டு இருந்தார் என்றாலும்கூட, ஐந்தாவதாக இருக்கிற அந்தத் தீண்டாமையைக் காந்தியார் கடுமையாக எதிர்த்தார். அதற்குள்ளேயும் இப்படி இரண்டு பிரிவுகள் இருக்கின்றன என்பதை அன்றைக்குக் கும்பகோணம் கூட்டத்திலே அந்த இளைஞர்களை அழைத்து அவர் சொன்னதற்குப் பிறகுதான், அந்த இளைஞர்களிலும் எல்லோருக்குமல்ல... ராமானுஜம்போலச் சிந்திக்கக்கூடிய, புதுமையை ஏற்றுக் கொள்ளக்கூடிய, சுய மறுப்பையும் ஏற்கக்கூடிய, தனக்கு வசதியாக இருந்தாலும்கூட பொதுமனித நீதிக்கு அது உகந்ததல்ல என்று கருதக்கூடிய, ஒருசில இளைஞர்களுக்கு அது சரியென்று தைத்தது.

தொடர்ச்சியான வளர்ச்சிக்குப் பிறகுதான் அவர் இந்து மதம் எங்கே போகிறது என்று எழுதுகிறபோது அந்த மதத்துக்குள்ளே இருக்கிற மனித நேயமற்ற அடுக்குகளாலான செய்திகளை யெல்லாம், அந்தந்த மந்திரங்களையும் சமஸ்கிருத சொற்களையும் கொண்டே மிகத் தெளிவாக விளக்கியிருக்கிறார். எனவே அப்படி ஒரு இளைஞனை முற்போக்குப் பாதையிலே திருப்பி விட்ட செயலை, விடுதலைக்கு முந்திய காலத்திலேயே கும்பகோணத்தில் காந்தியடிகள் செய்திருக்கிறார் என்பது நமக்கு மகிழ்ச்சி தருவதாக இருக்கிறது.

இட ஒதுக்கீடு – ஒரு நல்ல தீர்ப்பு

பல்கலைக்கழகத்தின் அணுகுமுறையும், அதற்கு இந்திய அரசு வழங்கும் ஒப்புதலும், இட ஒதுக்கீட்டுச் சட்டம் எந்த நோக்கத்திற்காகக் கொண்டு வரப்பட்டதோ அந்த நோக்கத்தையே தோற்கடித்துவிடும் என்கிறார் நீதிபதி.

கடந்த செப்டம்பர் 7 ஆம்நாள் (07.09.2010), தில்லி உயர்நீதிமன்றம், வரலாற்றுச் சிறப்பு மிக்க, தீர்ப்பு ஒன்றை வழங்கியுள்ளது. அபூர்வா என்பவரும், இன்னொரு மாணவரும், இந்திய அரசுக்கு எதிராகவும், தில்லியில் உள்ள ஜவஹர்லால் நேரு பல்கலைக்கழகத்திற்கு எதிராகவும், இட ஒதுக்கீடு தொடர்பாக அந்த வழக்கைத் தொடர்ந்திருந்தனர்.

நேரு பல்கலைக்கழகத்தில், ஸ்பானிஷ் மொழியில் பி.ஏ. (ஹானர்ஸ்) படிப்பதற்காக அபூர்வாவும், எம்.பில். பட்ட வகுப்பில் சேர்வதற்காக இன்னொரு மாணவரும் விண்ணப்பித்திருந்தனர். பிற பிற்படுத்தப்பட்ட வகுப்பைச் **(OBC)** சேர்ந்த அவ்விருவருக்கும், இட ஒதுக்கீடு அடிப்படையில் இடம் தருவதற்குப் போதுமான தகுதி இல்லை என்று கூறிப் பல்கலைக்கழகம் அவர்களின் விண்ணப்பங்களைப் புறக்கணித்து விட்டது. அதனை எதிர்த்தே அவர்கள் வழக்குத் தொடுத்திருந்தனர்.

ஐ.ஐ.டி., ஐ.ஐ.எம். உள்ளிட்ட மத்திய கல்வி நிறுவனங்களில், பிற்படுத்தப்பட்டோருக்கு

27% இட ஒதுக்கீடு வழங்கப்பட வேண்டும் என்னும் 93 ஆவது சட்டத்திருத்தத்தை நாடாளுமன்றம் 2006 இல் (Central Educational Institutions (Reservation in Admissions) Act 2006) கொண்டுவந்தது. அதன் அடிப்படையில்தான் அம்மாணவர்கள் விண்ணப்பித்திருந்தனர்.

எனினும், அப்பல்கலைக்கழகம், அச்சட்டத்தில் உள்ள, தகுதி என்பதற்குப் புதுவிளக்கத்தை (Interpretation) அளித்து, அனுமதி மறுத்துவிட்டது.

பொதுப்போட்டி (OC) மாணவர் சேர்க்கைக்கான தகுதி 50% என்றால், பிற பிற்படுத்தப்பட்ட மாணவர்களுக்கு 40% போதும் என்பதே விதி. ஆனால் பல்கலைக்கழகமோ, தகுதி (eligibility), மதிப்பெண் வரம்பு (Cut off mark) என்னும் இரண்டையும் ஒன்றாக்கிக் குழப்பியது. பொதுப்போட்டியில் தேர்வு பெற்றுள்ள மாணவர்களில் கடைசியாகச் சேர்க்கப்பட்டுள்ள மாணவரின் மதிப்பெண்ணிலிருந்து (Cut off mark), 10 விழுக்காட்டைக் கழித்து, அதுதான் பிற்படுத்தப்பட்ட வகுப்பு மாணவர்களுக்கான தகுதி என்று கூறியது. அதாவது, பொதுப் போட்டியில் 90% மதிப்பெண்கள் பெற்றவர்தான் கடைசி மாணவர் என்றால், பிற்படுத்தப்பட்டோருக்கு 80% மதிப்பெண் வேண்டும் என வரையறுத்தது. இந்த மதிப்பெண் வரம்பு என்பது, ஒவ்வொரு ஆண்டும் மாறக்கூடியது. இந்த ஆண்டு 90% என்றால், அடுத்த ஆண்டு அது 92% ஆகக் கூடலாம், 85%ஆகக் குறையவும் செய்யலாம். ஆனால் தகுதி மதிப்பெண் என்பதோ என்றும் நிலையானது.

இடஒதுக்கீட்டின் நோக்கத்தையே சிதைக்கக்கூடிய இந்த நிலையை எதிர்த்து மாணவர்கள் தொடர்ந்த வழக்கு, தில்லி உயர்நீதிமன்றத்தில், நீதிபதி ராஜீவ் சகாய் முன் வந்தது.

பல்கலைக்கழகத்திற்காக வாதாடிய வழக்கறிஞர்கள் மொகிந்தர் ரூபால், செல்வி ப்ரீத்தா ஆகியோர், இடஒதுக்கீட்டிற்கு எதிராக, ஓரிரு ஆண்டுகளுக்கு முன்பு, அசோக்குமார் தாக்கூர் என்னும் ‘ மேல்சாதி ’ மாணவர் உச்சநீதிமன்றத்தில் தொடுத்த வழக்கை எடுத்துக் காட்டினர். ஆனால் அந்த வழக்கோ, உச்ச நீதி மன்றத்தால் தள்ளுபடி செய்யப்பட்ட ஒன்று என்பது குறிப்பிடத்தக்கது.

எனவே அதனைக் கணக்கில் எடுத்துக்கொள்ளாமல் நீதிபதி ராஜீவ் சகாய் வழங்கிய தீர்ப்பிலிருந்து சில பகுதிகள் நம் கவனத்தை ஈர்க்கின்றன.

பல்கலைக்கழகத்தின் அணுகுமுறையும், அதற்கு இந்திய அரசு வழங்கும் ஒப்புதலும், இடஒதுக்கீட்டுச் சட்டம் எந்த நோக்கத்திற்காகக் கொண்டு வரப்பட்டதோ அந்த நோக்கத்தையே தோற்கடித்துவிடும் என்கிறார் நீதிபதி. பல்கலைக்கழகம் பின்பற்றியுள்ள முறை மோசமானது என்றும் அவர் தன் தீர்ப்பில் கூறியுள்ளார்.

பொதுவகைப்பாட்டின் கீழ் உள்ள மாணவர்களின் போட்டியிலிருந்து, பலவீனமான வகைப்பாட்டின்கீழ் உள்ள மாணவர்களைப் பாதுகாப்பதுதான் இடஒதுக்கீட்டின் நோக்கமாகும் என்று தெளிவாக விளக்கியுள்ள நீதிபதி, இறுதியாக மாணவர்களின் மனுவை ஏற்றுக்கொண்டு, ஒரு வாரத்திற்குள் அவர்களைப் பல்கலைக்கழகத்தில் சேர்த்துக் கொள்ள வேண்டும் என்று ஆணை பிறப்பித்துள்ளார்.

இடஒதுக்கீட்டு உரிமையைப் பெறுவதற்கு, நாம் எவ்வளவு விழிப்போடு இருக்க வேண்டியுள்ளது என்பதையே இவ்வழக்கு நமக்கு எடுத்துக் காட்டுகின்றது.

பெரியார் - திரு.வி.க நட்பு

இரண்டு பெரிய மனிதர்கள் தங்கள் நட்பு சிதைந்து விடாமலும், கொள்கை குறைந்து விடாமலும் எப்படி நண்பர்களாக வாழ்ந்தார்கள், இறந்ததற்குப் பிறகும் எப்படி அந்த நட்புக் கெடாமல் இருந்தார்கள் என்பதை இந்த நிகழ்ச்சி நமக்குச் சொல்கிறது.

தந்தை பெரியாரின் ஒரு பிறந்த நாளில் தமிழ்த் தென்றல் திரு.வி.க. இறந்து போனார். அது 1953ஆவது ஆண்டு செப்டம்பர் மாதம் 17ஆம் தேதி. அன்றைக்குப் பெரியார் அவர்கள் உடல் நலம் இல்லாமல் ஈரோட்டிலே ஒரு மருத்துவமனையில் இருக்கிறார்.

பெரியாருக்கும் திரு.வி.க.வுக்கும் இடையேயான உறவும் நட்பும் இருக்கிறதே அது கொஞ்சம் வித்தியாசமானது. அவர்களைப் போல அன்பு பாராட்டியவர்களும் இல்லை, கடுமையாக மோதிக் கொண்டவர்களும் இல்லை என்று சொல்லலாம். இரண்டு பேருக்கும் இடையிலே இருந்த உடன்பாடுகளும், முரண்பாடுகளும் சுவை யானவை. மிக நேரடியாக விமர்சித்துக் கொண்ட நேரங்களும் உண்டு. இரண்டு பேருக்கும் இடையிலே சித்தாந்த அடிப்படையிலே சில வேறுபாடுகள் சில நேரங்களிலே இருந்தாலும், நட்பு அடிப்படையிலே இரண்டுபேரும் மிக நெருக்கமாக இருந்தார்கள். கொள்கையிலும், கோட்பாட்டிலும் கூடப் பெரிய வேறுபாடு இல்லை.

எங்கே வேறுபாடு இருந்தது என்றால், திரு.வி.க. அவர்கள் மிக மென்மையானவர். அவர் தென்றல், பெரியார் புயல். எனவே நடைமுறைகளில் இரண்டுபேருக்கும் ஒரு வேறுபாடு இருந்தது. எல்லாவற்றையும் தாண்டி அந்த நட்பு அழுத்தமாக இருந்தது.

அதனால்தான் திரு.வி.க. அவர்களினுடைய மறைவுச் செய்தி கேட்டு, பெரியார் அவர்கள் உடனே சென்னைக்குப் புறப்பட வேண்டும் என்கிறார். மருத்துவர்கள் தயங்குகிறார்கள். அவர் உடல் நலம் அதற்கு ஏற்றதாக இல்லை என்று சொல்கிறார்கள். 'என் நண்பனுடைய இறுதி ஊர்வலத்துக்குச் செல்லக்கூட இந்த உடல் பயன்படவில்லை என்றால் பிறகு வேறு எதற்கு இருக்கிறது, நான் போய்த் தீருவேன்' என்று சொல்லிப் பெரியார் உடனடியாகப் புறப்படுகிறார். திரு.வி.க. இறந்தது இரவு நேரத்தில். ஏறத்தாழ இரவு 8 மணி அளவிலே அவர் இறந்து போகிறார். இன்றைக்கு இருப்பது போல அடுத்த நொடியிலே செய்தி போய் விடாது. காலம் தாழ்ந்து செய்தி போய், அடுத்த நாள் பெரியார் புறப்பட்டுச் சென்னைக்கு வருகிறவரையில் திரு.வி.க.வினுடைய உடலை எல்லோரும் பாதுகாத்து வைத்திருக்கிறார்கள். பெரியார் வந்ததற்குப் பிறகுதான் இறுதி ஊர்வலம் மதியம் 3 மணி அளவில் தொடங்குகிறது.

அதற்கு இடையில் திரு.வி.க.வினுடைய உடலுக்குத் தொழிலாளர்கள் மரியாதை செலுத்துகிற வகையிலே தொழிற் சங்கத்திற்கு, வடசென்னைக்குக் கொண்டு வரவேண்டும் என்று விரும்புகிறார்கள். காலையிலே இருந்து அங்கே உடல் கிடத்தி வைக்கப்படுகிறது. தமிழ்த் தென்றல் திரு.வி.க. அவர்களுக்குப் பன் முகங்கள் உண்டு. தமிழில் மிகத் தேர்ந்த அறிஞர், இந்தியா வினுடைய தொழில் தந்தை, காங்கிரஸ் கட்சியினுடைய முதுபெரும் தலைவர்களில் ஒருவர். எனவே தமிழ் அறிஞர்கள், உணர்வாளர்கள், தொழிலாளர்கள், காங்கிரஸ் கட்சியினர் எல்லோரும் வரவேண்டும் என்பதுதான் இயற்கையான நியதி. என்ன காரணத்தினாலோ காங்கிரஸ் கட்சியைச் சார்ந்தவர்கள் பெருமளவில் கலந்து கொள்ளவில்லை அல்லது கலந்து கொள்ளவே இல்லை என்பதுதான் உண்மை. அன்றைக்குத் தமிழ்நாடு காங்கிரஸ் கட்சியினுடைய தலைவராக இருந்த பரமேஸ்வரன் மட்டும் இறுதியாக வந்து இடுகாட்டிலே மாலை வைத்து விட்டுப் போனார் என்கிற செய்தி பதிவாகி இருக்கிறது.

ஆனால் தொழிலாளர்கள் அத்தனை பேரும் அவருடைய மறைவுக்குக் கண்ணீர் சிந்தினார்கள். தொழிற் சங்கத்தினுடைய தந்தை என்று அழைக்கப்படுகிற அளவுக்கு, சர்க்கரைச்

செட்டியாருக்கு அடுத்ததாகப் பெரும் புகழ் கொண்டவராக திரு.வி.க. இருந்திருக்கிறார். அடுத்த நாள் எழுதுகிற தலையங்கத் திலே தந்தை பெரியார் 'உலக வழக்கிலே சொல்ல வேண்டுமானால் திரு.வி.க.வுக்குப் பிள்ளை இல்லை. ஆனால் லட்சக்கணக்கான தொழிலாளர்கள் அவருடைய பிள்ளைகள்தான்' என்று எழுதுகிறார்.

தொழிலாளர்கள் அனைவரும் அவருடைய உடலுக்கு இறுதி மரியாதை செலுத்தியதற்குப் பிறகு, செப்டம்பர் மாதம் 18ஆம் தேதி மாலையிலே பெரியார் தலைமையிலேதான் அவருடைய இறுதி ஊர்வலம் தொடங்குகிறது. மயிலாப்பூரிலே இருக்கிற கிருஷ்ணாம்பேட்டை சுடுகாட்டுக்கு அந்த ஊர்வலம் வந்து சேருகிறபோது, யார் கொள்ளி வைப்பது என்று ஒரு கேள்வி வருகிறது. எந்த ஒரு சடங்கும் இல்லாமல்தான் அவருடைய இறுதி நிகழ்ச்சி நடைபெற்றிருக்கிறது. ஆனாலும் திருவாசகத்திலிருந்து பல பாடல்கள் பாடப்பட்டிருக்கின்றன. அதற்கான பின்னணியைக்கூட நாம் பார்க்க வேண்டும்.

கொள்ளி வைப்பது யார் என்ற பிரச்சினைக்கு, அவருடைய பெரிய தகப்பனாருடைய மகன் பாலசுப்பிரமணியன் கொள்ளி வைப்பது என்று முடிவாகிறது. ஆனால் அடுத்த நாள் விடுதலையில்

என்ன செய்தி வந்திருக்கிறது என்று கேட்டால், அவருடைய பெரிய தகப்பனாருடைய பையனும், மற்றவர்களும் கொள்ளி வைத்தார்கள் என்று எழுதியிருக்கிறது. அந்த மற்றவர்கள் யார் என்று அதிலே விளக்கவில்லை.

பேராசிரியர் மங்களம் முருகேசன் அவர்கள் ஒரு செய்தியைச் சொன்னார். அ.ச.ஞானசம்பந்தம் அவர்கள் எழுதியிருக்கிற 'இவர்கள் பெரியவர்கள்' என்கிற நூலில் அதற்கான விடை இருக்கிறது என்று குறிப்பிட்டார்.

மறைந்த தமிழறிஞர் அ.ச.ஞா. அவர்கள், தான் சந்தித்த பெரியவர்கள் சிலரைப்பற்றி ஒரு நூலில் தொகுத்துப் பல செய்திகளை எழுதியிருக்கிறார். அதிலே திரு.வி.க.வைப் பற்றியும் அ.ச.ஞா. எழுதியிருக்கிறார். திரு.வி.க. அவர்கள் உயிரோடு இருக்கிறபோதே அ.ச.ஞாவிடம் ஒன்றைச் சொல்லி இருக்கிறார். நான் இறந்ததற்குப் பிறகு, 'எனக்கு நீங்களும், எழுத்தாளர் மு.வ.வும் சேர்ந்து கொள்ளி வைக்க வேண்டும்' என்று சொல்லி இருக்கிறார். இதைத்தான் மற்றவர்களும் என்று விடுதலையில் எழுதியுள்ளனர்.

அவருடைய பெரிய தகப்பனார் மகன் கொள்ளி வைக்கப் போகிற நேரத்திலே மூத்த தமிழறிஞர் அ.ச.ஞா அவர்கள் பெரியாரிடத்திலே போய் இதனைச் சொல்லி இருக்கிறார். திரு.வி.க. அவர்கள் ஒருமுறை என்னிடத்திலே இப்படிச் சொன்னார் அவருக்கு அப்படி ஒரு விருப்பம் இருந்தது என்று சொன்னபோது, பெரியார் அவர்கள் உடனடியாக இவர்களும் சேர்ந்து கொள்ளி வைக்கட்டும் என்று கூறியிருக்கிறார்.

பெரியாரைப் பொறுத்தளவு கொள்ளி வைப்பது, சடங்கு எதுவும் பெரிய செய்தி இல்லை. ஆனாலும்கூட இறந்து போனவர்களின் விருப்பம் எதுவோ அதை மதிக்க வேண்டும் என்று அவர் கருதியிருக்கிறார். திருவாசகம் பாடப்பட வேண்டும் என்று சொன்னபோது, 'நன்றாகப் பாடுங்கள். அதுதான் திரு.வி.க.வுக்கு விருப்பம் என்றால் நல்லதுதானே பாடுங்கள்' என்று சொல்லியிருக்கிறார். தனக்கு அது ஏற்றுக்கொள்ளத்தக்கதா இல்லையா என்பதன்று, மறைந்த திரு.வி.க.வினுடைய விருப்பமாக அது இருந்திருக்கிறது என்கிற காரணத்தினாலே அப்படியே நடக்கட்டும் என்று சொல்லியிருக்கிறார். இறுதி ஊர்வலம் பெரியாரின் தலைமையிலே நடக்கிறது. ஆனால் இறுதிச் சடங்கிலே திருவாசகம் பாடப்படுகிறது. இதுதான் திரு.வி.க.வினுடைய இயல்புக்கும், பெரியாரினுடைய நட்புக்கும் இருந்த ஒரு

இணைப்புப் பாலம் என்று நாம் கூறவேண்டும். பத்துத் திருவாசகப் பாடல்கள் ஓதப்பட்டதற்குப் பிறகு, பாலசுப்பிரமணியமும், அ.ச.ஞா.வும், மு.வ.வும் அவருக்கு எரியூட்டியிருக்கிறார்கள். ஒரு தமிழ் அறிஞருடைய உணர்வு, குடும்பம் தாண்டியதாக, தமிழ் மீது பற்றுடையதாக இருந்திருக்கிறது என்பதும் தன்மானத் தந்தை பெரியார் அவர்கள் தன்னுடைய கொள்கையை மற்றவர்கள் மீது திணிக்காமல் நட்புப் பாராட்டி, அந்த ஊர்வலத்துக்கு வந்ததோடு நின்று கொண்டு, திரு.வி.க. விருப்பம் எதுவோ அது நிறைவேறத் தானே சம்மதித்ததையும் நாம் பார்க்க முடிகிறது.

அடுத்தநாள் தலையங்கத்திலே தந்தை பெரியார் எழுதுகிறார். 'இன்றைக்கு வீசுகிற காற்றுகூட வறண்ட காற்றாக இருக்கிறது. தமிழ்த் தென்றல் மறைந்து விட்ட காரணத்தினாலே இந்த காற்றுகூட வறண்ட, சூடான காற்றாக இருக்கிறது' என்று பெரியார் எழுதுகிறார்.

தமிழ்த் தென்றலாகவே திரு.வி.க., வாழ்ந்தார். யாருடைய மனமும் காயப்படாமல் பேசுகிற இயல்புடையவராக இருந்தார். அழுத்தமான கருத்துகளைக் கூட அமைதியாகச் சொல்வது எப்படி என்பதைத் திரு.வி.க.வினுடைய எழுத்துகளைப் படித்தால் நாம் அறிந்து விடலாம். எனவே இரண்டு பெரிய மனிதர்கள் தங்கள் நட்பு சிதைந்து விடாமலும், கொள்கை குறைந்து விடாமலும் எப்படி நண்பர்களாக வாழ்ந்தார்கள், இறந்ததற்குப் பிறகும் எப்படி அந்த நட்புக் கெடாமல் இருந்தார்கள் என்பதை இந்த நிகழ்ச்சி நமக்குச் சொல்கிறது.

'எழுபது வயது என்பது குறைந்த வயதில்லை. ஆனாலும்கூட திரு.வி.க. போன்றவர்கள் இருந்தால் இன்னும் ஏராளமாகத் தமிழ் உலகுக்குச் செய்திருக்கக் கூடும். 75 வயதான நான் இன்னமும் உயிரோடு இருக்கிறபோது 70 வயதான என் நண்பன் திரு.வி.க.வை நான் இழந்து விட்டேனே' என்று வருந்தியிருக்கிறார் பெரியார்.

இசுலாமியர்களின் உரிமைப் போராட்டம்

சோமநாதபுரம் ஆலயம் குட முழுக்கு விழாவிலே நீங்கள் கலந்து கொள்ள வேண்டாம் என்று பிரதமராக இருந்த நேரு கேட்டுக் கொண்டதையும் தாண்டி, என்னதான் நான் குடியரசுத் தலைவராக இருந்தாலும், அடிப்படையிலே நான் ஒரு இந்து, ஆகையினாலே கலந்து கொள்வேன் என்று சொல்லி, ராஜேந்திரபிரசாத் கலந்து கொண்டார்.

மதச் சிறுபான்மையினருக்கான தனி ஆணையம் 1978இல்தான் அமைக்கப்பட்டது. அது ஜனதா கட்சி ஆட்சியில். ஆனால் அந்த ஆணையம் அமைக்கப்படுவதற்கு முன்பு அதற்கான பல போராட்டங்களில் இஸ்லாமியப் பெருமக்கள் ஈடுபட வேண்டிய கட்டாயம் ஏற்பட்டிருக்கிறது. இந்தியா விடுதலை பெறுகிறபோதே, அது இந்தியாவாகவும் பாகிஸ்தானாகவும் விடுதலை பெற்றிருக்கிற காரணத்தினாலே, இந்து, இஸ்லாம் கலகம் என்பது தொடர்ந்து நடைபெற்றுக் கொண்டிருக்கிறது. அந்த மதக் கலவரத்துக்கு ஏராளமானோர் பலியானார்கள். ஆகையினாலே பாகிஸ்தான் என்பது இஸ்லாமிய நாடு என்றும் இந்தியா என்றால் மதச்சார்பற்ற நாடு என்றாலும், அடிப்படையில் இந்து நாடு என்றும் ஒரு புரிதல் உண்டாகி விட்டது. அதன் காரணமாக இஸ்லாமியர்கள் தங்களுடைய வீடுகளைத் தொடக்கத்திலேயே இழக்க நேர்ந்தது.

விடுதலை பெறுவதற்கு முன்பு அவர்களுக்குத் தனி வாக்காளர் தொகுதி இருந்தது. இடஒதுக்கீடு இருந்தது. இன்னமும் சொன்னால் அரசவையிலே பிரதிநிதித்துவம்கூட இருந்தது. அவைகளை எல்லாம் அவர்கள் இழக்க நேரிட்டது. இதுபற்றியெல்லாம் மிக விரிவாகச் சமநிலை சமுதாயம் என்கிற ஒரு மாத இதழில், பேராசிரியர் அ.மார்க்ஸ் ஒரு கட்டுரையை எழுதியிருக்கிறார். பல சான்றுகளோடு அதை அவர் எழுதியிருக்கிறார்.

இந்தியா விடுதலை பெறுகிறபோதே அந்த சலுகைகளையெல்லாம் அல்லது உரிமைகளையெல்லாம் அவர்கள் இழந்தார்கள். அதற்குப் பிறகு மதத்தைப் பரப்புகிற உரிமை அவர்களுக்கு இருந்தது என்றாலும்கூட, இந்திய அரசமைப்புச் சட்டம் 25/1 என்பதற்கு உட்பட்டுப் பொது அமைதிக்குக் குந்தகம் வராமல் பரப்ப வேண்டும். அப்படிக் குந்தகம் வருமானால் மதமாற்றத் தடைச் சட்டம் என்பதைக் கொண்டு வரலாம் என்பது அங்கே இருக்கிறது. அதன் அடிப்படையிலேதான் தமிழ்நாடு உள்ளிட்ட சில மாநிலங்களில் இந்த மதமாற்றத் தடைச்சட்டம் வந்து போனது என்பதை நாம் அறிவோம். எனவே அவர்கள் அதையும் இழக்க நேர்ந்தது.

அதற்குப் பிறகு பொது சிவில் சட்டம் என்பது அரசமைப்புச் சட்டத்தின் அடிப்படைக் கோட்பாடுகளில் இடம் பெறவில்லை. என்றாலும் வழிகாட்டு நெறிமுறைகளிலே இடம் பெற்றிருக்கிறது. எனவே எந்த நேரத்திலும் பொது சிவில் சட்டம் வரக்கூடும். அதனாலே தங்களுக்கான தனித்துவத்தை இழந்து விடக்கூடும் என்கிற அச்சம் இருக்கிறது. இவற்றையெல்லாம் தாண்டி 47இல் இருந்து 50 வரைக்கும் இந்த மதக் கலவரங்களிலேயே காலம் சென்றது. அதற்குப் பிறகு 10 ஆண்டுகளில் அவர்கள் தங்களை இந்த நாட்டுக்கு விசுவாசமானவர்களாகக் காட்டிக்கொள்வதிலேயே காலத்தைக் கடத்த வேண்டியவர்களாக இருந்தார்கள். எனவே 1960 வரையில் எந்தவிதமான எதிர்ப்பையும் அவர்கள் காட்டவில்லை. காட்ட முடியவில்லை.

அமைச்சரவையில் இருந்த பட்டேல், ஒருமுறை பாராளுமன்றத்திலேயே, நீங்கள்தான் நாட்டையே பிரித்துக் கொண்டுபோய் விட்டீர்களே, இதற்கு மேலும் உங்களுக்கு என்ன வேண்டும் என்று கேட்டார். எனவே பட்டேலின் எதிர்ப்பை அப்போது இஸ்லாமிய பெருமக்களால் எதிர்கொள்ளமுடியவில்லை. அதைவிட அழுத்தமான இன்னொரு காரணமும் இருந்தது. அண்ணல் காந்தியடிகள் இரண்டு மதங்களுக்கும் பொதுவான

வராகத்தான் இருந்தார். நேருவும்கூட அந்தப் போக்கைக் கடைப்பிடித்தார் என்றும் சொல்லலாம். ஆனால் இந்தியாவினுடைய முதல் குடியரசுத் தலைவராக இருந்த

ராஜேந்திரபிரசாத் வெளிப்படையாகவே தன்னுடைய மாற்றுக் கருத்துகள் சிலவற்றைக் காட்டத் தொடங்கினார். அவற்றுள் முக்கியமானது, அம்பேத்கர் கொண்டு வந்த இந்து மதச் சட்டத்

தொகுப்பு என்பதைக் குடியரசுத் தலைவர் மிகக் கடுமையாக மறுத்தார். அதை நாடாளுமன்றம் ஏற்றுக் கொண்டாலும், நான் திருப்பி அனுப்புவேன் என்று சொன்னார்.

அம்பேத்கர் அமைச்சரவையிலே இருந்து விலகியதற்கு நான்கு காரணங்களைக் காட்டுகிறார். அதிலே ஒன்று இந்த இந்து மத மசோதாவை ஏற்க மறுக்கிற காரணத்தினாலேயும், நான் வெளியேறுகிறேன் என்று அவர் குறிப்பிடுகிறார். எனவே அமைச்சரவையிலே இருந்து அம்பேத்கர் விலகுவதற்கும்கூட அன்றைக்கு குடியரசுத் தலைவராக இருந்த ராஜேந்திரபிரசாத் அவர்களினுடைய கடும் போக்கு காரணமாக இருந்தது. அதுமட்டுமல்லாமல் சோமநாதபுரம் ஆலயம் குட முழுக்கு விழாவிலே நீங்கள் கலந்து கொள்ள வேண்டாம் என்று பிரதமதாக இருந்த நேரு கேட்டுக் கொண்டதையும் தாண்டி, என்னதான் நான் குடியரசுத் தலைவராக இருந்தாலும், அடிப்படையிலே நான் ஒரு இந்து, ஆகையினாலே கலந்து கொள்வேன் என்று சொல்லி, ராஜேந்திரபிரசாத் கலந்து கொண்டார் என்பதையும் நாம் அறிவோம். எனவே அவர் தன்னுடைய மதச்சார்பை வெளிப்படையாகக் காட்டத் தொடங்கியதால், 60ஆவது ஆண்டு வரையில் இஸ்லாமியர்கள் தங்கள் உரிமைக்காகக் குரல் கொடுக்க இயலாதவர்களாகத்தான் இருந்தார்கள்.

1951ஆவது ஆண்டு ஐக்கிய நாடுகள் அவையின் சார்பாக, காஷ்மீர் பிரச்னையையொட்டி இந்தியாவிலே இருக்கும் இஸ்லாமியர்கள் எப்படி நடத்தப்படுகிறார்கள் என்பதை அறிந்து கொள்வதற்காக டாக்டர் பிராங்க் என்கிற ஒரு பிரதிநிதி அனுப்பப்பட்டார். அவரை அன்றைக்கு இருந்த இஸ்லாமியத் தலைவர்கள் எல்லாம் போய்ப் பார்த்தார்கள். பார்த்து என்ன சொன்னார்கள் என்றால், எங்களுக்கு இந்தியாவிலே எந்தத் தொல்லையும் இல்லை, நீங்கள் தலையிட வேண்டாம் என்றுதான் சொன்னார்கள். அவர்களுள் குறிப்பிடத் தக்கவர், அன்றைக்கு அலிகார் பல்கலைக்கழகத்தினுடைய துணைத் தலைவராக இருந்த ஜாகீர் உசேன்.

ஜாகீர் உசேன் அந்த ஐக்கிய நாடுகளினுடைய பிரதிநிதியைச் சந்திக்கிறபோது இந்தச் செய்திகளைச் சொல்லியிருக்கலாம், ஆனால் சொல்லவில்லை. எங்களுக்கான கல்வி உரிமைகளையெல்லாம் நாங்கள் இழந்திருக்கிறோம். எங்களுக்கான தனி வாக்காளர் தொகுதி என்பது போய்விட்டது. அது மட்டுமல்லாமல் உருது, இந்துஸ்தானிகூட அன்றைக்கு அதிகாரப்பூர்வ மொழியாக

ஏற்கப்படவில்லை, இந்தி மட்டும்தான் என்கிற நிலை இருக்கிறது. இவற்றையெல்லாம் அவர் சொல்லியிருக்கலாம். ஆனாலும் 1951இல் தங்களைக் காப்பாற்றிக் கொள்ளவேண்டிய கட்டாயத்திலேதான் அவர்கள் இருந்தார்கள். எனவே யாரும் எது குறித்தும் வாய் திறக்கவில்லை. அதற்குப் பிறகு ஒரு பத்து ஆண்டுகள் மதக் கலவரங்கள் இல்லாமல் இருந்தது என்றுதான் சொல்லவேண்டும்.

தமிழ்நாட்டிலேதான் காயிதே மில்லத் அவர்கள் நாடாளுமன்றத்திலேயே இட ஒதுக்கீட்டுக் கோரிக்கையை எழுப்பினார்கள். அதையும்கூட வடநாட்டிலே இருக்கிற இஸ்லாமியர்கள் ஆதரிக்கவில்லை. காயிதே மில்லத் குரூப் என்று சொல்லப்பட்ட நான்கு பேர் மட்டும்தான் அதற்கு ஆதரவாக வாக்களித்தார்கள். இடஒதுக்கீடு வேண்டும் என்று காயிதே மில்லத் மட்டும்தான் குரல் கொடுத்தார். அந்தக் குரல் ஓங்கி ஒலிக்கத் தொடங்கிய நேரத்தில் ஜபத்பூரிலும், துர்காபூரிலும் இஸ்லாமியர்களுக்கு எதிரான மிகப்பெரிய கலவரம் தூண்டிவிடப்பட்டது. இஸ்லாமிய மக்களினுடைய சொத்துக்கள் சூறையாடப்பட்டன. உயிர்ச் சேதம் இருந்தது.

61இல் நடந்த அந்தப் போராட்டம் ஒரு விதத்திலே எதிர் விளைவையும் உருவாக்கியது. இனி நாம் அடங்கியிருக்கக் கூடாது என்கிற எண்ணத்தை ஏற்படுத்தியது. எனவே எதிர் விளைவுகள், பேரணிகள், அதை எதிர்த்து ஆர்ப்பாட்டங்கள் என்று வளர்கிறபோது, 64ஆவது ஆண்டு இன்னொரு கடுமையான தாக்குதலை ரூர்கேலாவிலே அவர்கள் எதிர்கொள்ள வேண்டி இருந்தது. 61, 64 ஆகிய இரண்டு ஆண்டுகளிலேயும் நடைபெற்ற அந்த மிகக் கடுமையான தாக்குதல்கள்தாம், இனி இந்தியா முழுவதும் இருக்கிற இஸ்லாமியர்கள் ஒருங்கிணைந்து ஓரணியில் நின்றாலே ஒழிய, நம்மை நாம் காப்பாற்றிக்கொள்ள முடியாது என்கிற நிலையை உருவாக்கியது.

அதன் விளைவு 1972ஆவது ஆண்டு மும்பையிலே ஒரு மிகப்பெரிய அனைத்து இந்திய இஸ்லாமிய மாநாடு என்று ஒன்று நடைபெற்றது. அந்த மாநாடுதான் இஸ்லாமியர்களினுடைய சங்கத்தின் ஒரு திருப்பு முனை என்று நாம் சொல்ல வேண்டும். அதையொட்டி 73ஆவது ஆண்டு ஷேக்அப்துல்லாவினுடைய தலைமையில் அன்றைக்குப் பிரதமராக இருந்த இந்திரா காந்தி அவர்களைச் சந்தித்துக் கோரிக்கைகளை அவர்கள் முன் வைத்தார்கள். அந்தக் கோரிக்கையினுடைய அடிப்படையான இரண்டு மூன்று செய்திகள் என்ன என்று பார்த்தால், உருது

மொழிக்கு உரிய இடம் வழங்கப்படவேண்டும், எங்களுக்கான வாக்காளர் தனித் தொகுதி வேண்டும், அமைச்சரவையில் தவறாது பிரதிநிதித்துவம் வேண்டும், பொதுச் சிவில் சட்டம் என்பது மறுபடியும் கொண்டு வரக்கூடாத ஒன்றாக இருக்க வேண்டும் என்கிற கோரிக்கைகளையெல்லாம் வைத்தார்கள்.

இவற்றுக்கெல்லாம் தனியாக ஓர் ஆணையம் அமைக்க வேண்டும் என்கிற கோரிக்கையை அவர்கள் உள்ளடக்கி இருந்தார்கள். ஆனால் அன்றைக்கு அது நடைமுறைக்கு வரவில்லை. என்ன காரணத்தினாலோ அன்றைக்கு இந்திரா காந்தி அரசு இஸ்லாமியர்களுக்கு ஆதரவான நிலையில் இருந்தாலும்கூட, அப்படி ஓர் ஆணையத்தை அமைக்கவில்லை. அதற்குப் பிறகு 5 ஆண்டுகள் கடந்துதான், 1978ஆவது ஆண்டு ஜனதா அரசு பதவி ஏற்றதற்குப் பிறகு, மதச் சிறுபான்மையினருக்கான தனி ஆணையம் என்று ஒன்று அமைக்கப்பட்டது. அதற்குப் பின்னாலும்கூட பல்வேறு தாக்குதல்கள், முரண்பாடுகள், மதக்கலவரங்கள் இருந்து கொண்டே இருக்கின்றன என்றாலும், இன்றைக்கு அவர்களினுடைய கருத்துக்களை எடுத்துச் சொல்லப் பயன்படுகிற ஓர் அமைப்பாக அந்த ஆணையம் இருக்கிறது என்பதை நாம் பார்க்கிறோம்.

மணிமேகலையும் அம்மன் விழாக்களும்

ஒருவனைப் பட்டினிப் போட்டுவிட்டு அறிவைக் கொடுத்துப் பயனில்லை. மூளைக் குக்கூட அறிவார்ந்த செய்திகளை உள் வாங்கிக் கொள்வதற்கு, அடிப்படையாக உணவு தேவைப்படுகிறது. எனவே பார் அடங்கலும் பசிப்பிணி அறுக என்கிறது மணிமேகலை.

பேராசிரியர் அரங்க மல்லிகா, ' தலித் பெண்ணிய அழகியல் ' என்கிற தன்னுடைய நூலில் மணி மேகலை என்னும் நம்முடைய பழந்தமிழ்க் காப்பியத்துக்கு ஒரு புதிய கோணத்தைத் தருகிறார். மணிமேகலைக் காப்பியத்தையும், இன்று நடைபெற்றுக் கொண்டிருக்கும் அம்மன் விழாக் களையும் இணைத்துத் தன்னுடைய பார்வை யையும் அதிலே செலுத்தி, ஓர் ஆய்வுக் கருத்தினை அவர் வெளிப்படுத்தியிருக்கிறார்.

எங்கே பார்த்தாலும் இன்றைக்கு அம்மன் விழாக்கள் நடைபெற்றுக் கொண்டிருக்கின்றன. அதிலும் குறிப்பாக ஆடி மாதத்திலே அம்மன் விழா என்பது ஊர்தோறும் நடந்து கொண்டிருக்கிற ஒரு விழாவாக இருக்கிறது. இன்னும் சொன்னால் ஒவ்வொரு ஆண்டும் அந்த விழா என்பது விரிவடைந்து, மேலும் மேலும் பரவிக் கொண்டு இருப்பதையும் நாம் பார்க்கிறோம். பேராசிரியர் அரங்கமல்லிகா இதனுடைய மூல வடிவம் மணிமேகலைதான் என்று குறிப்பிடுகிறார்.

மணிமேகலை ஒரு பௌத்தமதக் காப்பியம். அம்மன் விழாக்களோ இந்து மதச் சார்புடையன. இந்த இரண்டையும் எப்படி அவர் இணைக்கிறார் என்கிற கேள்வி நமக்கு வருகிறது. ஆனால் அவர் சொல்கிற சான்றுகளையெல்லாம் வைத்துப் பார்க்கிறபோது, அம்மன் விழாக்களுக்கு அந்தப் பௌத்தமதச் சாயல் இருப்பதை நம்மாலே உணர முடிகிறது. இன்றைக்கும் இந்த அம்மன் விழாக்களை யாரெல்லாம் நடத்துகிறார்கள் என்றால், பெரும்பான்மையாக ஒடுக்கப்பட்ட, தாழ்த்தப்பட்ட மக்கள்தான் இந்த விழாக்களிலே கூடுதலாகப் பங்கேற்கிறார்கள். மற்ற தெய்வ வழிபாடுகளிலே இடமில்லாதவர்களுக்கெல்லாம் கூட இங்கே வழிபடுவதற்கு மட்டுமல்லாமல், பூஜை செய்வதற்கும்கூட உரிமைகள் வழங்கப்படுகின்றன. இவற்றுக்கெல்லாம் மூலமாகவும், ஆதாரமாகவும் மணிமேகலை பற்றி அவர் சொல்கிற செய்திகள் அமைந்துள்ளன.

மணிமேகலை பற்றிக் கூறும்போது, அது உணவு அளித்தல் என்பதை மையமாகக் கொண்ட காப்பியம் என்கிறார். அது மதம் பரப்புகிற காப்பியம் என்று நாம் கருதுகிறோம். தமிழ் இலக்கிய வரலாற்றில் மதம் சார்ந்த முதல் காப்பியம் அதுதான் என்கிறோம்.

மதச்சார்பு உள்ளவை போலத் திருக்குறளும், சிலப்பதிகாரமும், சில ஆய்வுகளில் காட்டப்பட்டாலும், மதச்சார்பற்ற

இலக்கியங்களாகத்தான் அவை இன்றைக்கும் கருதப்படுகின்றன. சீத்தலைச் சாத்தனார் எழுதிய மணிமேகலைதான் தமிழில் முதல் சமயம் சார்ந்த காப்பியம். பௌத்த மதத்தினுடைய கோட்பாடுகளை அது வெளிப்படுத்துகிறது. ஆனால் அரங்க மல்லிகா, ' மணிமேகலையை நாம் ஆழ்ந்து பயில்கிறபோது ஒன்றை உணர்ந்து கொள்ளலாம். உலகுக்கெல்லாம் உணவளித்தல் என்பது தான் அதனுடைய மையம். அதற்கு ஏன் ஒரு பெண் பாத்திரமாக தேர்ந்தெடுக்கப்பட்டிருக்கிறாள் என்றால், மனித வரலாற்றுப் போக்கிலேயே பெண்ணினுடைய பாத்திரம்தான் உணவு சேகரித்தலும், உணவு அளித்தலுமாக இருந்திருக்கிறது ' என்கிறார்.

வேட்டையாடுகிற சமூகமாக மனிதகுலம் இருந்த நேரத்திலும்கூட, உணவுகளைப் பிரித்துப் பகிர்ந்து மற்றவர்களுக்கு அளிக்கிற பணி பெண்களிடத்திலேதான் இருந்திருக்கிறது என்பதற்கு நமக்குத் தொல் வரலாற்றுச் சான்றுகள் இருக்கின்றன. காரணம் உயிர் தருகிறவளும், அந்த உயிரை ஈன்றதற்குப் பிறகு அதை வளர்க்கிறவளும் பெண்ணாகவே இருக்கிற காரணத்தால் தான், பெண் என்பவள் அந்தக் குழந்தைகளுக்கு மட்டுமில்லை, இந்த உலகிற்கே தாய் என்பது தொன்மம். நம்முடைய பழைய தொன்மம் பெண்ணைத் தாயாகப் பார்க்கிறது. பெண்ணையும், மண்ணையும் இணைத்துப் பார்க்கிறது. ஏனெனில் இரண்டு பேரும்தான் விளைவித்துத் தருகிறார்கள். மண்ணிலிருந்தும் பெண்ணிலிருந்தும்தான் எல்லாம் விளைகின்றன என்பதை நாம் கவனத்தில் கொள்ளலாம்.

பௌத்த மதத்தினுடைய பல்வேறு கோட்பாடுகள் மணிமேகலையில் சொல்லப்பட்டிருந்தாலும், அதனுடைய மையக் கருத்து, பார் அடங்கலும் பசி அடங்குக என்பதுதான். பார் அடங்கலும் பசிப்பிணி அறுக என்றுதான், அட்சய பாத்திரத்தில் அரிசி போடுகிறபோது அந்தப் பெண் சொல்கிறாள்.

இந்தப் பகுதியிலே இருக்கிறவர்களினுடைய பசி அல்லது ஒரு தமிழ் இனத்தினுடைய பசி என்றுகூடச் சொல்லாமல் பார் அடங்கலும் பசிப்பிணி அறுக என்கிறது மணிமேகலை. ஞாலத்தில் வாழ்வோர்க்கெல்லாம் உண்டிகொடுத்தோர் உயிர் கொடுத்தோரே என்பதை நாம் அறிவோம். உணவு கொடுக்கிறவர்கள் தான் உயிர் கொடுக்கிறவர்கள். உடம்பு வளர்ந்தால்தான் உயிர் வளரும். எனவே பசிப்பிணி போக்காமல் வேறு எந்த அறம் செய்தாலும் அந்த அறம் மிகப்பெரிய அறம் ஆகாது.

அந்த அடிப்படையிலேதான் பாரதியார் சொல்வார், "வயிற்றுக்குச் சோறிடல் வேண்டும் இங்கு வாழும் மனிதருக்கு எல்லாம்" எல்லோருக்கும் கல்வி தரவேண்டும் என்பதைக்கூட அடுத்துத்தான் அவர் சொல்வார். வயிற்றுக்குச் சோறிடல் வேண்டும் இங்கு வாழும் மனிதருக்கெல்லாம். பிறகுதான் பயிற்றிப் பல கல்வி தந்து இந்தப் பாரை உயர்ந்திட வேண்டும். நீங்கள் உணவைக் கொடுத்து விட்டுத்தான் கல்வியைக் கொடுக்க வேண்டும். பசியோடு இருக்கிறவனிடத்திலே நீங்கள் எந்தவித அறிவுப்பூர்வமான செய்திகளைச் சொன்னாலும், அவனுடைய காதுகளிலே அது ஏறாது. ஒருவனைப் பட்டினிப் போட்டுவிட்டு அறிவைக் கொடுத்துப் பயனில்லை. மூளைக்குக்கூட அறிவார்ந்த செய்திகளை உள்வாங்கிக் கொள்வதற்கு, அடிப்படையாக உணவு தேவைப்படுகிறது. எனவே வயிற்றுக்குச் சோறிடல் வேண்டும் வாழும் மனிதருக்கெல்லாம் என்று சொன்னதைப்போல, மணிமேகலையும் பார் அடங்கலும் பசிப்பிணி அறுக என்று சொல்கிறது.

இப்படி மணிமேகலையை வைத்துக்கொண்டு, அம்மன் விழாக்களைப் பேராசிரியர் அரங்க மல்லிகாவினுடைய பார்வையிலே ஒப்பிட்டுப் பார்த்தால் ஒன்று புரியும். அம்மன் விழாக்களிலே அடிப்படையானது ஆடிக்கூழ் ஊற்றுவதுதான். ஒவ்வோர் ஆண்டும் ஆடி மாதத்திலே பார்த்தால், கூழ் ஊற்றுவதுதான் ஒரு மிகப்பெரிய செயல்பாடு... திருவிழாவே அதுதான். அது பாளையத்தம்மனாக இருந்தாலும் சரி, முத்துமாரி அம்மனாக இருந்தாலும் சரி, எந்த அம்மனாக இருந்தாலும், அந்த அம்மன் திருவிழாவினுடைய மைய நிகழ்வு கூழ் ஊற்றுதல்தான்.

கூழ் என்றாலே உணவு என்றுதான் பொருள். அதனால்தான், உணவு பற்றிப் பேசும் அதிகாரத்திற்கு வள்ளுவர் கூழ் என்றே தலைப்பிட்டிருக்கிறார். கூழ் என்பதுதான் எல்லோருக்கும் கிடைக்கக்கூடிய எளிய உணவாக இருக்கிறது. ஆடம்பரம் இல்லாத, உடலுக்குத் தேவையான சத்துக்களைக் கொண்டிருக்கிற உணவாகவும் இருக்கிறது.

அம்மனுக்குக் கூழ் ஊற்றுதல் என்று நாம் சொன்னாலும்கூட, அம்மனின் பெயரால் ஏழை எளிய மக்களுக்குக் கூழ் ஊற்றுவதுதான்... பசி அடக்கல்தான். பார் அடங்கலும் பசிப்பிணி அறுத்தல்தான். அது மட்டுமல்லாமல், மஞ்சள் ஆடையும், மரத்தடியில் அமர்ந்திருத்தலும் பௌத்தமதத்தினுடைய சாயலே ஆகும்.

யாரெல்லாம் கோவில்களிலிருந்து, இந்துமதச் சடங்கு களிலிருந்து வெளியேற்றப்பட்டார்களோ, அவர்களுக்கெல்லாம் பௌத்தம் அடைக்கலம் கொடுத்தது. அவர்களெல்லாம் பௌத்த மார்க்கத்திலே, அரச மரத்தடியிலே இருந்து அருள் பாலித்த அந்த புத்த பிரானை நினைத்து வணங்குகிறார்கள். அந்த ஆதி பகவன், ஆதி அம்மனாக மாறியிருக்கக்கூடும்.

ஆகையினாலே மணிமேகலைக் காப்பியத்தை, நாம் பௌத்த சமயத்தினுடைய காப்பியமாக மட்டுமல்லாமல், ஒரு மக்கள் காப்பியமாகவும் பார்க்க வேண்டும் என்னும் அரங்கமல்லிகாவின் கூற்று சரியானதே.

தலைமையும் இயற்கையின் நியதியும்

இப்போதுதான் ஒடுக்கப்பட்ட, தாழ்த்தப் பட்ட மக்கள் நீதிபதிகளாக வந்து அமர் கிறார்கள். எனவே இன்னும் கொஞ்சம் நாளைக்கு இவர்களையும் மைலார்டு என்று அழைத்துவிட்டு, அதற்குப் பிறகு வேண்டு மானால் அந்த மரபைக் கைவிட்டுவிடலாம்.

அலெக்சாண்டரின் புகழ்பெற்ற தொடர் ஒன்று உண்டு. 'என்னை எதிர்த்து, ஆயிரம் சிங்கங்கள் அணிவகுத்து நின்றாலும், அவற்றிற்குத் தலைமை ஏற்று வருவது ஒரு ஆடுதான் என்றால், அது குறித்து நான் அச்சப்படமாட்டேன். அதே வேளையில், ஒரு சிங்கத்தின் தலைமையில் அணி வகுத்து வருகின்ற படைகள் எல்லாம் ஆடுகளாக இருந்தாலும்கூட நான் அச்சப்படுவேன்.'

அதாவது படைகண்டு அல்ல, படைத்தலைமை கண்டுதான் என்னுடைய அச்சமும் அச்சமின்மை யும் அமையும் என்பது அலெக்சாண்டரின் கூற்று. இதன் மூலமாக அலெக்சாண்டர் சொல்ல வருகிற செய்தி, படையின் வலிமையை விட, தலைமை யினுடைய வலிமை மிகக் கூடுதலானது என்பதுதான். தலைமையினுடைய பொறுப்பை வலியுறுத்திச் சொல்வதற்காகச் சற்று மிகைப் படுத்தப்பட்ட தொடராக அது இருக்கலாம். ஆனாலும் தலைமையினுடைய பாத்திரத்தை நாம் மறுத்துவிட முடியாது.

அதே வேளையில் தலைமையின் மீது மிகுந்த மயக்கம் கொண்டு, ஒரு தலைமை வழிபாட்டுக்கு உள்ளாகிவிட்ட மரபும் நம்மிடத்திலே இருக்கிறது. இன்றைக்கும் நாம் சாதாரணமாகக் கடிதம் எழுதுகின்றபோதுகூட, அமைச்சர்களுக்கு என்றால் பெயருக்கு முன்னால் மாண்புமிகு என்றும், மேயர்களுக்கு என்றால் வணக்கத்திற்குரிய என்றும், மாண்பமை என்றும் எழுது வதைப் பார்க்கிறோம். ஆங்கில மரபிலே சேர்ந்தவர்கள் இதை ஏற்பதில்லை. அவர்கள் அதிபரைக்கூட மிஸ்டர் பிரசிடென்ட் என்றுதான் சொல்லுகிறார்கள். திரு அமைச்சர், திரு மேயர் என்று சொன்னால் போதாதா, அது ஏன் வணக்கத்திற்குரிய என்று சொல்லவேண்டும் என்னும் சிந்தனையும் நம்மிடையே உள்ளது. இன்றும்கூட நீதிமன்றங்களில் மை லார்ட் என்று சொல்கிற வழக்கம் இருக்கிறது. என் பிரபுவே, என் இறைவனே என்று நீதிபதியை நாம் அழைக்கவேண்டுமாம். மிஸ்டர் ஜஸ்டிஸ் என்று அழைத்தால் போதாதா என்று கேட்கிறவர்கள் இருக்கிறார்கள். இந்தக் கேள்வியிலே நியாயம் இருக்கிறது. ஆனால் இந்தக் கேள்விக்கு இன்னொரு பக்கமும் இருக்கிறது என்பதை நாம் உணரவேண்டும்.

மேலைநாடுகளிலே அதிபர் முதல் அன்றாடம் கூலிவேலை பார்க்கிற சாதாரண ஊழியன் வரை அனைவருக்கும் மிஸ்டர் என்று, அதாவது திரு என்று போட்டால் மட்டும் போதும் என்று கருதுவதற்கும், இங்கே நாம் அடைமொழிகளை எல்லாம் வைத்துக் கொண்டிருப்பதற்கும் பெரிய வேறுபாடு இருக்கிறது. அந்தச் சமுகங்கள், நம்மிடத்திலே இருக்கின்ற அளவுக்கு, மிகுந்த ஏற்றத் தாழ்வுகளைக் கொண்ட சமுகங்கள் இல்லை. மேலை நாடுகளிலே ஏழை, பணக்காரன் என்கிற ஒரு வர்க்க வேறுபாடுதான் இருக்கிறதே தவிர, நம்முடைய நாட்டிலே இருப்பதுபோன்ற வர்ண, சாதி வேறுபாடுகளை எல்லாம் மேலை நாடுகள் அறிந்ததில்லை. இங்கே பல்வேறு விதமான ஏற்றத்தாழ்வுகள் கற்பிக்கப்பட்டிருக்கின்றன. காலகாலமாக, பிறப்பால் உயர்ந்தவர்கள் என்று சொல்லப்பட்டவர்களே உயர்நிலையில் இருந்த காலம் மாறி, ஒடுக்கப்பட்ட மக்களும் தலைமைக்கு வருகிறபோது, தாங்களும் அந்தத் தகுதிக்கு உரியவர்கள் என்பதை உள்ளார்ந்த நிலையில் அடைமொழி

சுப. வீரபாண்டியன் ☐ 129

களோடு புலப்படுத்திக்கொள்ள வேண்டிய தேவை வருகிறது. அதனாலேதான் அறிஞர் என்றும் கலைஞர் என்றும் கவிஞர் என்றுமெல்லாம் அடைமொழிகளைப் போட்டுக்கொள்ள நேர்கிறது.

ஒரு முறை நீதிமன்றத்திலே கூட ஒரு விவாதம் நடந்தது. மைலார்டு என்று சொல்லவைத்தது வெள்ளைக்காரன் நம்மை அடிமையாக்குவதற்காக. இனி அதனை ஒழித்து விடலாம் என்று சொன்னபோது, பகுத்தறிவுச் சிந்தனையுள்ள வழக்குரைஞர் அருள்மொழி அதனை மறுத்தார். சரியாகப் பார்த்தால் அவர்தான் அதை ஆதரித்திருக்க வேண்டும். ஆனால் அவர் ஏன் அதை மறுத்தார் என்பதற்குக் காரணம் இருக்கிறது. ' வெள்ளைக்காரன் போய் அறுபது ஆண்டுகள் ஆகிவிட்டன. அறுபது ஆண்டுகளாக நாம் மைலார்டு என்றுதான் சொல்லிக்கொண்டு இருந்தோம். ஏனென்றால் கடந்த அறுபது ஆண்டுகளில் வெள்ளைக்காரன் போய்விட்டாலும், அந்த இடத்திலே யார் அமர்ந்திருந்தார்கள்

என்றால், இந்த சமுகத்திலே யார் மேல் சாதியினர் என்று கருதப்படுகிறார்களோ, அவர்கள் அமர்ந்திருந்தார்கள். ஆகவே அவர்களையும் அறுபது ஆண்டுகளாக நாம் எங்கள் பிரபுவே, எங்கள் கடவுளே என்றுதான் அழைத்தோம். இப்போதுதான் ஒடுக்கப்பட்ட, தாழ்த்தப்பட்ட மக்கள் அங்கே வந்து அமர்கிறார்கள். எனவே இன்னும் கொஞ்சம் நாளைக்கு இவர்களையும் மைலார்டு என்று அழைத்துவிட்டு, அதற்குப் பிறகு வேண்டுமானால் அந்த மரபைக் கைவிட்டுவிடலாம்' என்று அவர் சொன்னது மிகுந்த சிந்தனைக்குரியதாக இருக்கிறது. தாழ்த்தப்பட்ட மக்கள், ஒடுக்கப்பட்ட மக்கள் எல்லாம் வந்து அமர்கிற போது, அவர்களையும் சேர்த்து மைலார்டு என்று சொல்ல வேண்டியிருக்கிறதே என்று கருதித்தான், புரட்சிகரமான சிந்தனை போலத் தோன்றுகிற இதனைச் சொல்லியிருக்கிறார்கள் என்பது நமக்கு வெட்டவெளிச்சமாயிற்று.

பிறப்பிலேயே ஏற்றத்தாழ்வுகள் கற்பிக்கப்பட்டுவிட்ட ஒரு சமுகத்தில், ஒடுக்கப்பட்ட கீழ் நிலையில் இருந்து மக்கள் மேலே வரும்போது சில அடைமொழிகளோடும்தான் வருவார்கள். சில காலத்திற்கு அதைத் தவிர்க்க இயலாது. அதை ஆடம்பர மென்றும், பகட்டு என்றும் கருதவேண்டியதில்லை. அதனால் தான் தந்தை பெரியார் அவர்கள் கூட, தன்னினும் இளையோர் களான அல்லது தன்னைத் தலைவராக ஏற்றுக்கொண்டவர்களான அண்ணா அவர்களையும், காமராசர் அவர்களையும் குறிப்பிடும் பொழுதுகூட, அண்ணா என்றும் காமராசர் என்றும் அவர் குறிப்பிடுவது இல்லை. அறிஞர் அண்ணா என்றும், கல்வி வள்ளல் காமராசர் என்றும் குறிப்பிடுகிறார். இந்த அடை மொழிகள் ஒரு ஊக்கத்தைத் தரவேண்டும் என்பதற்காகத்தான்.

தலைமை வழிபாடு கூடாது என்பது சரி. அதேவேளையில் தலைமைக்கான பாத்திரத்தை முற்றிலுமாக மறுத்துவிடுவது சரியாகாது. ஒவ்வொன்றிலும் ஒரு தலைமைப் பாத்திரம் என்பது இருக்கவே செய்கிறது. இராஜராஜ சோழன் தஞ்சைப் பெருங்கோவிலைக் கட்டினான் என்றால், இராஜராஜ சோழனா கட்டினான், அங்கேயிருந்த கொத்தனார்களும், உழைப்பாளர் களும் மற்றவர்களும்தானே கட்டினார்கள் என்று சொல்லி, எந்தப் பெருமையும் இராஜராஜனுக்கு இல்லை என்று சொல்லிவிட

முடியாது. உழைக்கும் மக்களின் பெருமையை மறைப்பது பிழைதான். அதற்காக அங்கே தலைமைப் பாத்திரம் ஏற்று ஒருங்கிணைத்த இராஜராஜ சோழனுக்கும், ஒரு முதன்மையான பங்கிருக்கிறது என்பதை மறுக்க முடியாது. இதை மிகத் தெளிவாகத் திருவள்ளுவரும் சொல்லியிருக்கிறார். அலெக்சாண்டர் மட்டுமில்லை, திருவள்ளுவரும் மிகத் தெளிவாகச் சொல்லி இருக்கிறார்,

> நிலைமக்கள் சால உடைத்தெனினும் தானைத்
> தலைமக்கள் இல்வழி இல்

என்று அவர் சொல்லுகிறார். மிக அருமையான குறள் இது. நிலை மக்கள் சால உடைத்தெனினும், அதாவது படை வீரர்கள் ஆயிரம் ஆயிரவர் இருந்தாலும், தானைத் தலை மக்கள் - அந்தப் படைக்குத் தலைமை ஏற்கிற படைத் தளபதிகள் வலிமையாக இல்லை என்று சொன்னால், அந்தப் படையே இல்லை என்கிறார் வள்ளுவர்.

ஆயிரக்கணக்கானவர்கள் அணிவகுத்து வரலாம். ஆனால் வழிநடத்துவது யார் என்பது மிக முக்கியமானது. தானைத் தலைவன் இல்வழி, அவன் இல்லை என்றால், ஒன்றுமில்லை என்று குறிப்பிடுகின்றார். எனவே தலைமை என்று ஓர் இடம் இருக்கிறது. அந்தத் தலைமை ஒடுக்கப்பட்ட மக்களிலே இருந்து மேலே வருகிறபோது, இதுவரை சமமற்றவர்களாக இருந்த ஒரு சமுகத்தில் சமத்துவம் திடீரென்று வந்துவிடாது. அவர்களைப் பெருமைப்படுத்திச் சொல்வதிலே பிழை இல்லை. நாம் அப்படி எல்லாம் சொல்லாமல் சமத்துவம் என்கிற பெயரில், எல்லோரையும் மிஸ்டர் என்று வெள்ளைக்காரன் சொல்லுவதைப் போலச் சொன்னால் போதும் என்பது ஒரு வறட்டுத்தனமான வாதம். இந்த சமுகத்தினுடைய போக்கை அறிந்துகொள்ளாத வாதம். இந்தச் சமுகத்தில் ஏற்றத் தாழ்வுகள் இருந்தன. இப்போதும் இருக்கின்றன. அதிலே சமத்துவம் வருகின்ற வரையில், இதுபோன்ற அடைமொழிகளும், தலைமைக்கான போற்றுதல்களும் இருந்தே தீரும் என்பது இயற்கையின் நியதி.

1988 முதல் 1992 வரை...

சீனாவையும், இந்தியாவையும் புறக்கணித்து விட்டு உலகத்திலே எந்த நாடும், எந்தப் பொருளையும் உற்பத்தி செய்ய முடியாது. உற்பத்திகள் உலகத்திலே எந்த மூலையிலே வேண்டுமானாலும் நடக்கலாம். ஆனால் உற்பத்தி செய்த பொருள்களை எல்லாம் விற்பதற்கான பெரிய சந்தை, உலகத்திலேயே இந்தியாவும் சீனாவும்தான்.

1855க்கும் 1860க்கும் இடைப்பட்ட ஆண்டுகள் உலக வரலாற்றில் மிகவும் முக்கியமானவை என்று குறிப்பார்கள். இந்தக் காலகட்டத்தில்தான் கார்ல்மார்க்சும், எங்கெல்சும் இணைந்து வெளியிட்ட பொதுவுடைமைக் கட்சியின் அறிக்கை வெளியாயிற்று. சார்ல்ஸ் டார்வினின் பரிணாமத் தத்துவம் வெளிப்பட்டது. மின்சாரம் இந்த உலகுக்கு மெல்ல மெல்ல அறிமுகமாயிற்று. எனவே பத்தொன்பாம் நூற்றாண்டில் அந்த ஐந்து ஆண்டுகள் மிக மிக முக்கியமானவை.

இருபதாம் நூற்றாண்டில் எடுத்துக்கொண்டால் 1988 லிருந்து 1992 வரைக்குமான நான்கு ஆண்டுகள் வரலாற்றில் அழுத்தமாகப் பதிந்து கிடக்கின்றன. 19 ஆம் நூற்றாண்டின் ஐந்து ஆண்டுகள் உலகத்திற்குப் புதிய வெளிச்சத்தைத் தந்தன என்றால், இந்த நூற்றாண்டின் இந்த நான்கு ஆண்டுகள் உலகத்திற்கு இருளைத் தந்தன என்றுதான் சொல்ல வேண்டும்.

இந்த நான்கு ஆண்டுகளிலேதான் அமெரிக்கா உலகத்தினுடைய ஒற்றை வல்லாதிக்க அரசாக மாறிற்று. இராணுவத்திலும், பொருளாதாரத்திலும் எந்த நாடு மேலோங்கி நிற்கிறதோ, எந்த நாடு ஆதிக்கம் செலுத்தித் தன்னுடைய குடையின் கீழ் உலக நாடுகளை வைத்துக்கொள்கிறதோ, அந்த நாடுதான் வல்லரசு என்று ஆயிற்று. அந்தச் சூத்திரத்தின் அடிப்படையில் இரண்டாம் உலகப் போருக்குப் பின்பு அமெரிக்கா ஒரு பக்கமும், சோவியத் இன்னொரு பக்கமுமாக இரண்டு பெரும் வல்லரசுகள் தோன்றின. அமெரிக்கா தனக்குக் கூட்டாளிகளாகச் சில நாடுகளைச் சேர்த்துக் கொண்டது. அதற்கு நேட்டோ (NATO) அணிகள் என்று பெயர். அட்லாண்டிக் கரையோரம் இருந்த அமெரிக்க ஐரோப்பிய நாடுகள் எல்லாம் அந்த அணியில் இருந்தன. இன்னொரு பக்கத்திலே சோவியத் சில நாடுகளைச் சேர்த்துக் கொண்டது. அதற்கு வார்சா (Warsaw) ஒப்பந்தத்திலே கையெழுத்திட்ட நாடுகள் என்று பெயர். வார்சா என்கிற இடத்திலே அந்த ஒப்பந்தம் கையெழுத்தான காரணத்தினாலே அந்தப் பெயர் வந்தது.

45 தொடங்கி 90 வரைக்கும் இந்த இரு அணிகளுக்கும் இடையே பனிப்போர் நடந்துகொண்டே இருந்தது. முதல் இரண்டு உலகப்போர்களைப் போல நேரடியாக மூன்றாவது உலகப் போர் நடைபெறவில்லை என்றாலுங்கூட, இந்த 45 ஆண்டுகளும் பனிப்போர்கள் நடந்து கொண்டே இருந்தன. இந்த இரண்டு அணிகளும் வேறுவேறு இடங்களில் தங்களது வலிமையை பரிசோதித்துக் கொண்டு இருந்தன. வியட்நாம் போன்ற நாடுகளில் இந்த அணிகளுடைய வலிமை சோதிக்கப் பட்டது.

ஆனால் 90களில் ஏறத்தாழ எல்லாம் முடிவுக்கு வந்துவிட்டது. சோவியத் 14 துண்டுகளாக உடைந்து போயிற்று. யுகோஸ்லோவியா ஆறு துண்டுகளாக உடைந்தது. எல்லாம் இந்த நான்கு ஆண்டுகளிலேதான். சீனம்கூட அமெரிக்காவினுடைய ஆளுகைக்குத் தன் இசைவைத் தெரிவித்துவிட்டது. குவைத்தைக் மீட்கிறோம் என்கிற பெயரில் ஈராக் என்கிற ஒரு நாட்டையே இல்லாமல் ஆக்குகிற முதல் முயற்சி அப்போதுதான் நடைபெற்றது. சீனத்தில் தியானன்மென் சதுக்கத்திலே

பல்லாயிரக்கணக்கான மாணவர்கள் கூடி, அரசுக்கு எதிராக ஆர்ப்பரித்ததும், அரசு தன்னுடைய ஆயுத பலத்தால் அந்த மாணவர்களைச் சுட்டுக் கொன்றதும், 89 ஏப்ரலிலே இருந்து ஜூன் வரைக்கும் நடைபெற்றது.

மற்ற நாடுகளை எல்லாம் ஒடுக்கிய அமெரிக்கா, சீனாவினுடைய சர்வாதிகாரத்தை எதிர்த்தது. எப்போதும் அமெரிக்காவிற்கு ஒரு 'நல்ல குணமுண்டு.' அது தன்னுடைய நாட்டில் முழுமையாக ஜனநாயகத்தை அனுமதிக்கும். பிற நாடுகளில் அதனை அனுமதிக்காது. பிற நாடுகளும் கூட தனக்கு ஆதரவான நாடுகளாக இருக்கின்றனவா இல்லையா என்பதைப் பொருத்துத்தான், அங்கே ஜனநாயகம் இருக்கலாமா வேண்டாமா என்பதை அமெரிக்கா முடிவு செய்யும். அமெரிக்காவின் அருகிலுள்ள பனாமாவின் அதிபர் நொறுக்கப் பட்டதும் இந்த நான்கு ஆண்டுகளுக்கிடையிலேதான்.

இந்த நான்கு ஆண்டுகளினுடைய வரலாற்றைத்திரும்பத் திரும்பப் படித்துப் பார்த்தால், இன்னொரு உண்மையும் நமக்குப் புரியும். அமெரிக்காவினுடைய அதிபராக இருந்த முதலாம் ஜார்ஜ் புஷ்சினுடைய கால கட்டத்திலேதான், இந்த உலகம் இத்தனை ஆதிக்கங்களையும் சந்திதுள்ளது. மற்ற நாடுகளின் மீதெல்லாம் தன் ஆதிக்கத்தைச் செலுத்திய போதும், சீனா தியானென்மென் சதுக்கத்திலே அப்படி நடந்து கொண்டிருக்கக் கூடாது என்று சொல்லி, அமெரிக்கா, மிகப்பெரிய பொருளாதாரத் தடையைச் சீனாவின் மீது விதித்தது. அமெரிக்கப் பொருள்கள் எதுவும் இனி சீனத்திற்குச் செல்லாது. சீனத்தினுடைய பொருள்களை இனி வாங்குவதுமில்லை என்று ஒரு பெரிய தடையை விதித்தது. மற்ற இடங்களிலே எல்லாம் வெற்றி பெற்ற அமெரிக்காவால், சீனத்திலே மட்டும் வெற்றி பெற முடியவில்லை.

அதற்கு ஒரு காரணம் இருக்கிறது. ஓர் அரசு வல்லரசாக இருக்க வேண்டுமென்றால், இராணுவத்தில் மட்டுமல்ல, பொருளாதாரத்திலும் அது வல்லரசாக இருக்க வேண்டும். சீனாவையும், இந்தியாவையும் புறக்கணித்துவிட்டு உலகத்திலே எந்த நாடும், எந்தப் பொருளையும் உற்பத்தி செய்ய முடியாது. உற்பத்திகள் உலகத்திலே எந்த மூலையிலே வேண்டுமானாலும் நடக்கலாம். ஆனால் உற்பத்தி செய்த பொருள்களை எல்லாம்

விற்பதற்கான பெரிய சந்தை, உலகத்திலேயே இந்தியாவும் சீனாவும்தான். ஏறத்தாழ 200 கோடிக்கும் மேற்பட்ட மக்கள் இந்த இரண்டு நாடுகளிலே மட்டும் வாழ்கிறார்கள். எனவே இவ்வளவு பெரிய சந்தையைப் புறக்கணித்துவிட்டு, அவர்களுடைய உற்பத்திப் பொருள்களை வேறு எங்குபோய் கூவிக் கூவி விற்பது? அதனால் சீனாவிற்குப் பொருளாதாரத் தடை விதித்ததால் அமெரிக்காதான் பெரிய அளவிலே பாதிக்கப் பட்டது. எந்த அளவுக்கு பாதிக்கப்பட்டது என்பதை அமெரிக்கா வினுடைய 1990 ஆவது ஆண்டு நிதிநிலை அறிக்கை நமக்குச் சொல்லுகிறது. அந்த நிதிநிலை அறிக்கையை இப்போதும் இணையத்தளத்திலே எடுத்து நீங்கள் புரட்டிப் பார்த்தால் பேரதிர்ச்சியான உண்மை நமக்குத் தெரியும்.

அமெரிக்கா உலகத்தையே கட்டி ஆண்டது. அமெரிக்கா வைக் கண்டு அத்தனை நாடுகளும் அஞ்சின. ஆனால் அமெரிக்காவினுடைய நிதிநிலை அறிக்கை எப்படி இருந்தது என்றால், இரண்டு லட்சத்து முப்பதாயிரம் மில்லியன் டாலர் பற்றாக்குறையிலேதான் அன்றைய நிதிநிலை அறிக்கை இருந்தது. இவ்வளவு பற்றாக்குறை ஏன் வந்தது? உலக நாடுகளின் மீதெல்லாம் போர் தொடுத்ததினாலே வருமானத்தில் பெரும்பான்மையை அது இராணுவத்திற்கு மட்டுமே செலவழித்து விட்டது. சீனாவிற்குத் தடைவிதித்ததால், அங்கு போக வேண்டிய உற்பத்திப் பொருள்கள் எல்லாம் தேங்கிப் போய்விட்டன. மிகப் பெரிய பொருளாதாரப் பின்னடைவை அமெரிக்கா சந்தித்தது.

அப்போதுதான் அமெரிக்கா மறுபடியும் சொல்லிற்று, 'சீனாவின் மீதான தடையை விலக்கிக்கொள்கிறோம்'. சீனாவின் மீது தடைவிதித்தது ஒரு கோட்பாட்டின் அடிப்படையில் என்றாலும், வணிக உறவில் எப்போதும் அவர்கள் நம் சகோதரர்கள் இல்லையா என்று சமாதானம் பேசிற்று. ஏனென்றால் அந்தச் சந்தை இல்லாமல் அவர்களால் பொருள்களை விற்க முடியாது. எனவே இராணுவத்திலும், பொருளாதாரத்திலும் வல்லரசாக வேண்டுமென்றால் இந்தியா, சீனா ஆகிய இரண்டு நாடுகளோடும் தொடர்பு இருக்க வேண்டுமென்ற புத்திசாலித்தனமான முடிவுக்கு அமெரிக்கா வந்ததும் இந்த நான்கு ஆண்டுகளுக்கு இடையிலேதான்.

மேற்குலக நாடுகளுக்கிடையிலே அமெரிக்கா வல்லரசாக இருக்கிறதென்றால், இப்போதும் கிழக்கிலே ஒரு ராட்சசன் இருக்கிறான் என்பதை அமெரிக்கா புரிந்து வைத்திருக்கிறது. மக்கள் தொகையினால் மாத்திரமல்ல, மற்ற மற்ற விஞ்ஞானத் தொழில் நுட்ப வளர்ச்சியினாலும், சீனா இன்றைக்கு ஒரு ராட்சசனாக வளர்ந்து நிற்கிறது. எனவே அமெரிக்கா எக்காரணம் கொண்டும் சீனாவைப் பகைத்துக் கொள்ள விரும்பவில்லை.

அதனாலேதான் இலங்கையிலே சீனா இத்தனை பெரிய உதவிகளைச் செய்து, ஆக்கிரமிப்புகளைச் செய்து, தமிழ் மக்களை அழித்த போதும், உதவிக்கு வரும் என்று எதிர்பார்த்த அமெரிக்கா, வராமலே போய்விட்டது. ஏனென்றால் சீனப்பெருஞ்சந்தையை இழக்க அது விரும்பவில்லை. சீனப் பெருஞ்சுவரைத்தானே நாம் அறிந்திருக்கிறோம். சீனப்பெருஞ் சந்தையை அமெரிக்கா அறிந்து வைத்திருக்கிறது.

இந்தியாவும் அதே அளவுக்கு மக்கள் தொகை கொண்ட நாடுதானே என்று நாம் கருதிவிடக் கூடாது. மக்கள் தொகையிலே நாமும் அவர்களும் நெருக்கமாக இருந்தாலும், நம்மைவிட மிகப்பெரிய நிலப்பரப்பை சீனா வைத்திருக்கிறது. அறிவிய லிலும் முன்னேறி இருக்கிறது.

எனவே 1988க்கும் 92 க்கும் இடைப்பட்ட காலத்தில் இந்த உலகத்தின் வரலாறு இன்னொரு முறை திருத்தி எழுதப் பட்டிருக்கிறது என்பதை நாம் சரித்திரப் பக்கங்களில் பார்க்கலாம்.

திருட்டு... சின்னதும், பெரியதுமாய்

குளோப்ஜாமூனை எடுத்து அவர் வாயிலே வைக்கிறார். அந்த இனிப்புத் திரவம் அவருடைய வாயிலே இருந்து வழியும்போது சட்டென்று அவனுக்கு நினைவுக்கு வந்து விடுகிறது. இதே மாதிரி அவருடைய வாயிலே இருந்து ரத்தம் வடிகிறபோது அவரைப் பார்த்திருக்கிறான்

பதினைந்து, இருபது ஆண்டுகளுக்கு முன்பு குங்குமம் வார இதழில் வெளிவந்த என் சிறுகதையை இப்போது எங்கேயோ தற்செயலாகப் படித்துவிட்டு ஒரு நண்பர் அதுபற்றிய ஒரு விமர்சனத்தை வைத்தார். அவருடைய விமர்சனம் எப்படிப்பட்டது என்பதைவிட, இருபது ஆண்டுகளுக்குப் பிறகும் அந்தக்கதை விமர்சனத் திற்கு உள்ளாகிறது என்பது ஒருவிதத்தில் எனக்கு மகிழ்ச்சியாகவே இருக்கிறது. அந்தக் கதை வெளிவந்த நேரத்திலேயும் அப்படிப்பட்ட பல மாற்றுக்கருத்துகள், விமர்சனங்கள் வெளிவந்தன.

'அப்பாவும் தப்பிக்க விடுகிறார்' என்பதுதான் அந்தக் கதையினுடைய தலைப்பு. திருடர்கள் தண்டிக்கப்பட வேண்டியவர்கள். ஆனாலும் ஓர் இளைஞன் மனிதாபிமானத்தின் அடிப்படையில் ஒரு திருடனைத் தப்பிக்க விடுகிறான் என்பது அந்தக் கதை சொல்கிற செய்தி.

திருமண வீடு. அந்தத் திருமண வீட்டில் எல்லோரும் உணவருந்திக் கொண்டிருக்கிறபோது, அந்தப் பையன் வந்திருக்கிறவர்களையெல்லாம் வர வேற்றுக் கொண்டிருக்கிறான், ஏறத்தாழ 25 வயது உடைய இளைஞன். அப்போது அந்த வரிசையிலே

உணவருந்திக் கொண்டிருக்கிறவர்களிலே ஒரு பெரியவரினுடைய முகம் அவனுக்குத் தெரிந்ததாக இருக்கிறது. எங்கோ பார்த்ததைப் போல இருக்கிறது. மறுபடியும் மறுபடியும் நினைவூட்டிப் பார்க்கிறான். நினைவுக்கு வரவில்லை. ஆனால் அந்தப் பெரியவரை எங்கோ பார்த்திருக்கிறான். மறுபடியும் அப்படிப் போய்விட்டுத் திரும்புகிறபோது, குளோப்ஜாமூனை எடுத்து அவர் வாயிலே வைக்கிறார். அந்தத் திரவம் அவருடைய வாயிலே இருந்து வழியும்போது சட்டென்று அவனுக்கு நினைவுக்கு வந்து விடுகிறது. அவரை எங்கு பார்த்தோம் என்று அவனுக்கு இப்போது தெரிகிறது. இதே மாதிரி அவருடைய வாயிலே இருந்து ரத்தம் வடிகிறபோது அவரைப் பார்த்திருக்கிறான்.

ஒரு மாதமோ, இரண்டு மாதமோ இருக்கலாம். அவன் நண்பர்களோடு ஓர் உணவு விடுதிக்கு, இரவு நேரத்திலே ஒரு விருந்துக்குப் போயிருக்கிறான். அந்த விருந்துக்குப் போய்விட்டுத் திரும்புகிறபோது ஓரிடத்திலே பரபரப்பாக இருக்கிறது. அந்த உணவு விடுதியிலே வேலை பார்க்கிற ஊழியர்கள் பலர் சூழ்ந்து கொண்டு யாரோ ஒருவரை அடித்துக் கொண்டிருக்கிறார்கள். இவனும் அந்தக் கூட்டத்தை விலக்கி யார் என்று பார்க்கிறபோது, யாரோ ஒரு பெரியவர். அவரை ஏன் இத்தனை பேர் சேர்ந்து அடிக்கிறார்கள் என்று புரியாமல், ஏன் அடிக்கிறீர்கள் விடுங்கள் என்று இவனும் இவனுடைய நண்பர்களும் சொன்னபோது, அந்த உணவகத்தினுடைய ஊழியர்கள் சொல்கிறார்கள். இந்த ஆள் வயசானவன், கிழவன் என்று பார்க்காதீங்க. என்ன செஞ்சிருக் கிறான் தெரியுமா? என்று ஒருமையிலே சொல்கிறார்கள். என்ன இருந்தாலும் பெரியவர், என்ன செய்து விட்டார் என்று கேட்கிறபோது, பாருங்கள் என்று அவர்கள் கையைக் காட்டு கிறார்கள். அந்த உணவகத்திலே இருந்து சின்னச்சின்ன ஸ்பூன் தட்டுகள் இவைகளையெல்லாம் அவர் எடுத்துத் தன்னுடைய பைக்குள்ளே வைத்திருக்கிறார். அதை இவர்கள் எடுத்து அங்கே வெளியே வைத்திருக்கிறார்கள். இவற்றையெல்லாம் இந்த ஆள் திருடிக்கொண்டு போகிறான் என்கிறார்கள்.

அவர் பெரிய வெள்ளைக் கோட் ஒன்றும் போட்டிருக்கிறார். அந்தக் கோட் போட்டிருப்பதின் நோக்கமே, அந்தக் கோட்டுக்குள்ளே இவற்றை எடுத்து வைத்துக் கொள்வதுதான். இன்றைக்குப் பிடிபட்டுப் போனார். அடிபட்டும் போனார். வாயிலிருந்து இரத்தம் வடிந்தது. இதுதான் அன்றைய நிகழ்ச்சி.

இப்போது அவனுக்கு நினைவு வருகிறது. சரிதான், இவர் மீண்டும் அதற்குத்தான் இங்கேயும் வந்திருக்கிறார். அந்த நிகழ்ச்சி நடந்து இரண்டு மாதங்கள்தான் இருக்கும். அன்றைக்கு அத்தனை பேர் சேர்ந்து கொண்டு அவ்வளவு கடுமையாக அடித்தார்கள். வாயிலே இருந்து ரத்தம் வடிந்தது. நாம்கூடப் பரிதாபப்பட்டோம். மறுபடியும் இப்படி ஒரு திருமண வீட்டிற்கு வந்திருக்கிறாரே? ஏன் இப்படி? மறுபடியும் மறுபடியும் தப்பு செய்வதற்கு இந்த வயதில் எது தூண்டுகிறது என்கிற எண்ணம் இவனுக்கு வருகிறது.

அப்போது அந்த இளைஞனின் வீட்டினுடைய மேலாளர்- யாரையும் எளிதில் கண்டுபிடித்து விடக்கூடிய திறமையாளர் - ஒரு சந்தேகத்தோடு இவரை வந்து பார்க்கிறார். ஏனென்றால் இவர் அழைத்த விருந்தினர் போலத் தெரியவில்லை. பிறகு பக்கத்திலே வந்து நீங்கள் யார் என்று கேட்காமல், எதற்கு வந்தீர்கள் என்று கேட்காமல் ஐயா நீங்க... என்று இழுக்கிறபோதே, இவன் ஓடிப்போய் இவர் நமக்கு வேண்டியவர்தான் என்று சொல்கிறான். அப்படியா என்று அவர் விலகிப்போய் விடுகிறார். ஆனால் அந்தக் கிழவருக்குப் புரியவில்லை. அந்த இளைஞன் யார், எதற்காகத் தன்னை வந்துக் காப்பாற்றுகிறான் என்று அவருக்குப் புரியவில்லை.

அந்தக் கிழவருக்குத் தெரியாமல் அவரை அவன் பார்த்துக் கொண்டிருக்கிறபோதே, யாரும் பார்க்கவில்லை என்று நினைத்து, 2 ஸ்பூனை எடுத்து அவர் பைக்குள்ளே போட்டு விட்டார். அதையும் அவன் பார்த்து விட்டான். அதுவும் பைக்குள்ளே இருக்கிறது. ஆனாலும் அவன் ஏன் தன்னைக் காப்பாற்றுகிறான் என்று அவருக்குத் தெரியவில்லை. பிறகு அவர் கூடவே போகிறான். உண்டு முடித்து விட்டு அவனைப் பார்த்து நன்றியோடு ஒரு வணக்கமும் சொல்லிவிட்டு அவர் கிளம்புகிறார்.

அவரை விடுவதா? அல்லது ஏன் இப்படிச் செய்கிறீர்கள் என்று கேட்பதா? அல்லது மற்றவர்களிடம் சொல்வதா? என்ன செய்யலாம் என்று அவனுக்கு ஒரு குழப்பம் இருக்கிறது. ஆனாலும் அவர் கூடவே இவனும் நடந்து கொண்டிருக்கிறான். அவருக்கும் ஒரு அச்சம் இருந்து கொண்டே இருக்கிறது. இவன் எந்த நேரத்தில் எதைச் சொல்வானோ, எதற்காக இவன் நம்மோடு வருகிறானோ என்கிற அச்சம் அவருக்கும் இருக்கிறது. இறுதியில் அவன் யார் என்றே தெரியாமல், அவரும் அந்த இடத்தை விட்டு நகர்கிறார். அவருடைய சட்டைப் பைக்குள்ளே களவாடப்பட்ட பொருள்கள் இருக்கின்றன என்று அவனுக்கு நன்றாகவே தெரியும். இருந்தாலும் ஒன்றும் சொல்லவில்லை. கடைசி வரைக்கும் வாசல் வரைக்கும் வந்து அவரை வழியனுப்பி விட்டுத் திரும்புகிறான்.

திரும்புகிறபோது மறுபடியும் அவனுக்குள் ஒரு கேள்வி வருகிறது. இது மனித நேயம் என்றாலும் ஒரு தவறான மனித நேயமில்லையா? இப்படித் திருடுகிறவர்களையெல்லாம் தப்பிக்க விடுவது என்று சொன்னால், மனித நேயத்தின் அடிப்படையில் இந்த நாட்டில், உலகில் திருடர்கள் அதிகமாகி விடமாட்டார்களா? ஏற்கனவே போதுமான அளவுக்கு நம்முடைய நாட்டிலே இப்படிப்பட்டவர்கள் இருக்கிறார்கள். இவர்களை ஊக்கு விப்பதாக, இவர்கள் தப்பிப்பதற்குத் துணை போவதாக நம்முடைய செயல் இருக்கிறதே, சரிதானா என்று அவனுக்குள்ளே ஒரு உறுத்தலும் இருக்கிறது. ஒரு மனித நேய அடிப்படையில் வயதானவர்தானே போகட்டும் என்று நினைக்கிற ஒரு மனம்.

இல்லை இல்லை இப்படிப்பட்டவர்களை - தவறு செய்கிறவர்களைத் தண்டிக்கத் தான் வேண்டும் என்கிற இன்னொரு மனம்.

இப்படி ஒரு மனப் போராட்டத்துக்கு இடையிலே வருகிறபோது அந்த இளைஞனுடைய தந்தை அவனை உரக்க அழைக்கிறார். எங்கே போய்க் கொண்டிருக்கிறாய். உன்னைத் தேடிக் கொண்டிருந்தோம், பெரியவர்கள் எல்லாம் போய்க் கொண்டிருக்கிறார்கள். எல்லோரும் விடைபெற்றுப் போகிறபோது எங்கே என்று கேட்கிறார்கள். எங்கே போயிருந்தாய் என்று கேட்கிறார். இல்லை இல்லை இதோ வந்து விட்டேன் என்று வருகிறான். அப்போது அங்கே என்ன நடக்கிறது என்றால், அந்த ஊரிலே இருக்கிற பெரிய காண்டிராக்டர்கள், பெரிய மனிதர்கள் என்று கருதப்படுகிறவர்கள் அத்தனை பேரும் பல்வேறுவிதமான தவறுகளைச் செய்தவர்கள்தான். அவனுக்கே தெரியும். தன்னுடைய தந்தையாருக்கும் அவர்களுக்கும் இருக்கிற நெருக்கம் தெரியும். அவர்கள் அந்தத் தொழிலில் எவ்வளவு தூரம் கையூட்டு வாங்குகிறார்கள் என்பதும் தெரியும். எல்லோரும் இரண்டு கணக்கு வைத்திருப்பவர்கள்தான். அப்படிப் பட்டவர்கள்தான், ஊரினுடைய பெரிய மனிதர்களாகவும் இருக்கிறார்கள். எல்லோரும் விடை பெற்றுப் போய்க் கொண்டிருக்கிறார்கள். அவனுடைய தந்தையார் விடையனுப்புகிறார். அவரோடு சேர்ந்து அவனும் விடையனுப்புகிறான்.

அப்போது அவனுக்குச் சட்டென்று ஒரு பொறி தட்டுகிறது. தான் செய்தது தவறா, சரியா என்கிற அந்தக் கேள்விக்கு அவனுக்குத் திடீரென்று ஒரு விடை கிடைக்கிறது. அந்த விடை கிடைத்த உடனேயே அவன் தனக்குள்ளேயே சிரித்துக் கொள்கிறான் அவனுடைய அப்பா கேட்கிறார், என்னடா சிரிக்கிறாய் என்று? ஒன்றுமில்லை என்கிறான்.

சிரித்ததற்கான அந்தக் காரணத்தை விளக்கி விட்டு அந்தக் கதை முடிந்து போகிறது. வேறொன்றுமில்லை அவனுக்கு என்ன தோன்றுகிறதென்றால், நாம் மட்டுமில்லை, அப்பாவும்தான் தப்பிக்க விடுகிறார். நாம் ஒரு சின்னத் திருடரைத்தான் தப்பிக்க விட்டோம், அப்பாதான் பெரிய திருடர்களை யெல்லாம் தப்பிக்க விடுகிறார். அப்பாவும்தான் தப்பிக்க விடுகிறார் என்று அவனுக்கு அந்த விடை தோன்றுகிறபோது கதை முடிந்து போகும்.

திருட்டை ஆதரிப்பது சரியில்லை. அவர்களைத் தண்டிப்பது என்பதுதான் சரியானது. ஆனால் சின்னத் திருடர்களையெல்லாம்

பிடிப்பது, சின்னத் திருடர்களையெல்லாம் தண்டிப்பது, பெரிய திருடர்களையெல்லாம் மரியாதையோடு வழியனுப்பி வைப்பது என்கிற இந்தச் சமூகத்தின் நடைமுறையை ஒரு கேலியாய்க் கிண்டலாய் அந்தக் கதை சொல்லியிருக்கிறது. எனவே இது திருட்டுக்கு ஆதரவானது அன்று. பெரிய திருடர்களுக்கும்... பெரிய திருட்டுக்கும் எதிரானது என்பதுதான் அந்தக் கதையினுடைய உள்ளார்ந்த சாரம்.

சுப. வீரபாண்டியன் அவர்களின்

- ஒன்றே சொல்! நன்றே சொல்! – முதல் தொகுதி........ ரூ. 80
- ஒன்றே சொல்! நன்றே சொல்! – இரண்டாம் தொகுதி. ரூ. 80
- ஒன்றே சொல்! நன்றே சொல்! – மூன்றாம் தொகுதி... ரூ. 80
- ஒன்றே சொல்! நன்றே சொல்! – ஐந்தாம் தொகுதி..... ரூ. 80
- ஒன்றே சொல்! நன்றே சொல்! – ஆறாம் தொகுதி...... ரூ. 80
- அது ஒரு பொடாக்காலம்... ரூ. 60